आपल्या
स्नेहीजनांना
पुस्तके
भेट द्या

कांचनकण

शिवाजी
सावंत

मेहता पब्लिशिंग हाऊस

◆ *या पुस्तकातील लेखकाची मते, घटना, वर्णने ही त्या लेखकाची असून, त्याच्याशी प्रकाशक सहमत असतीलच असे नाही.*

KANCHANKAN by SHIVAJI SAWANT

कांचनकण : शिवाजी सावंत / ललित लेख

Email : author@mehtapublishinghouse.com

© मृणालिनी सावंत

प्रकाशक : सुनील अनिल मेहता, मेहता पब्लिशिंग हाऊस,
१९४१, सदाशिव पेठ, माडीवाले कॉलनी, पुणे - ४११०३०.

मुखपृष्ठ : गजानन शेपाळ

प्रकाशनकाल : सप्टेंबर, १९९८ / ऑगस्ट, २००० / मे, २००६ /
पुनर्मुद्रण : ऑक्टोबर, २०१६

P Book ISBN 9788177666946
E Book ISBN 9789386745989
E Books available on : play.google.com/store/books
www.amazon.in/b?node=15513892031

मराठीतील ख्यातश्रेयस, साक्षेपी, ज्येष्ठ प्रकाशक, बंधुवत,
'कॉंटिनेंटल प्रकाशन'चे संचालक –

श्री. अनंतराव कुलकर्णी

यांना आत्मभावाने

■

साहित्य हे सदैव मी कांचनमोलाचंच मानलं आहे. माझ्या ललित लेखांचे हे साहित्यकांचनाचे कण इथं संकलित रूपात प्रकाशित होत आहेत. या संकलनाचं व प्रकाशनाचं श्रेय मेहता पब्लिशिंग हाऊसचे सर्वेसर्वा श्री. सुनील मेहता यांना आहे. तरुण वयात त्यांनी, या वेळोवेळी कसोटी बघणाऱ्या व्यवसायाचा चांगला जम बसविला आहे.

या संकलनात माझे वेळोवेळी, इतस्ततः प्रकाशित झालेले विविध विषयांवरचे, विविध शैलींतील ललित लेख एकत्र आहेत.

पट्टीच्या सराफांकडून नेहमी म्हटलं जातं, की कुठलाही कलाकुसरीचा अलंकार घडविण्यासाठी शंभरनबरी सोन्यात काही प्रमाणात तरी तांब्यासारखा सर्वसमावेशक अन्य टिकाऊ धातू मिसळावाच लागतो. नुसत्या शंभरनबरी सोन्याचा दागिना वापरताना पटकन वाकतो. ललित लेखांशिवाय कादंबरी, कथा, नाटक, आत्मचरित्र, काव्य, प्रवासवर्णन अशा सर्व साहित्यिक 'आकृतिबंधात सर्वच लेखकांना आपल्या चिंतनाचं, अनुभवांचं तांबं थोडं फार घालावंच लागतं. नाहीतर तो 'साहित्यिक दागिना' वाचक हातांतसुद्धा धरणार नाही. एक ललित साहित्याचाच आकृतिबंध असा आहे, की तो तो रचनाकार साहित्यिक आपापल्या 'शंभरनंबरी साहित्याचा झगझगीत डाग वाचकांच्या हाती देऊ शकतो. बंधमुक्त असल्यामुळं इथं तो सर्व मात्रांसह व्यक्त होऊ शकतो, प्रकटू शकतो. श्री. आनंद अंतरकर यांचे अलीकडे म.टा.त प्रकाशित झालेले सुंदर लेख व श्रीमानश्री रामदास भटकळ यांचं 'जिगसॉ' हे मनमुक्त पुस्तक याचं पटावंसं उदाहरण आहे.

इथं या पुस्तकात माझं विविध विषयांवरचं मुक्त चिंतन ग्रथित झालं

■

हे कांचनकण हातांत देण्यापूर्वी

■

आहे. त्यातील 'छ. शिवराय आणि बेलवाडीची मल्लम्मा' व 'दादा, तुमच्या जागी आम्ही असतो तर...' हे स्पष्ट ऐतिहासिक विषयावरचे लेख आहेत – छ. शिवराय व पहिले बाजीराव यांच्या पौरुषश्रीमंत जीवनातील समरप्रसंगांवरचे. मला विश्वास आहे, ते त्या त्या वीरपुरुषाचं वाचकाला क्षणैक विलोभनीय दर्शन दिल्याशिवाय राहणार नाहीत. 'ते तीन आशीर्वाद' व 'मृत्युंजय- दूरदर्शनचे दुर्दशन!' हे ललित लेख पूर्णतः व्यक्तिगत जीवनाशी निगडित आहेत. तरीही ते इथं का दिलेत? कारण यांतील प्रसंग 'मृत्युंजय'शी निगडित आहेत आणि 'मृत्युंजय' ही आता तिचा लेखक व प्रकाशक यांच्याशी निगडित केवळ साहित्यिक घटना राहिलेली नाही, तर अनेक भाषांतील तिच्या भाषांतरांमुळे ती भारतभर सर्वदूर साहित्यप्रेमींच्या भावजीवनाशी निगडित 'वास्तव' बनली आहे. हे दोन्ही लेख त्याचा इथं ठायी ठायी प्रत्यय देतील.

कोणताही नवस्वतंत्र देश खऱ्या अर्थानं उभारी घेऊन उभा राहू शकतो, तो त्यातील नागरिकांनी, विविध कलांतील कलावंतांनी दोन अटळ व पायाभूत समाजघटकांची किती दखल घेतली, या सत्यावर. ते दोन महत्त्वाचे घटक म्हणजे, त्या त्या देशातील मातीशी एकरूप झालेला, तिच्यात घाम गाळणारा शेतकरी व निरनिराळे कारखाने, रेल्वे, गोदी, परिवहन अशा विविध क्षेत्रांत रात्रंदिन कष्टणारा कामगार. शेतकऱ्यांसाठी आशिया खंडातील पहिला साखर कारखाना अपार परिश्रम व ठायी ठायीचे घनघोर अपमान झेलत जिद्दीनं उठविणाऱ्या पद्मश्री विखे-पाटील या अर्धशिक्षित, हाडाच्या शेतकऱ्याची कहाणी मी 'लढत' या द्विखंडात्मक चरितकहाणीत स्वतंत्रपणे मांडली आहे. इथं गोदीतील, पाठीवर शंभर किलोंच्या गोणीचं ओझं वागविणाऱ्या, पूर्णतः दुर्लक्षित गोदीच्या माथाडी कामगाराला आज कलेक्टरएवढी मासिक आमदनी मिळवून देणाऱ्या भाई मनोहर कोतवाल यांच्या तशाच जिद्दी व अशरण अशा 'संघर्ष' या चरितकहाणीतील महत्त्वाचा भाग जाणीवपूर्वक वाचकांसमोर ठेवला. तो त्याला समग्र जीवनाकडे वास्तवाचं भान ठेवून जगण्याची, आजच्या काळाला अत्यावश्यक अशी जाण देईल, याचाही मला विश्वास आहे.

'युगंधर' या सध्या हाती असलेल्या श्रीकृष्णचरित्रावरील प्रदीर्घ कादंबरीच्या निमित्तानं महाराष्ट्राच्या भागवती व वारकरी समूहमनाचा

विचार- तोही अत्यंत सखोल असा गाभ्याचा विचार करावाच लागला.

भागवतांचे आद्य गुरू व शतकादर्श श्रीज्ञानेश्वर अशा अभ्यासात केवळ खिळवून ठेवणारे आहेत. ज्ञानेश्वर- एक नाथपंथीय योगी, ज्ञानेश्वर- एक संन्याशीपुत्र, ज्ञानोबा-शेकडो, लाखो वारकऱ्यांचं भवतापावरील गुणवंत निदान, ज्ञानेश्वर- माझ्या मराठीतील निकोप, निरामय संत-महाकवी असा आतबाहेर सर्व-सर्व मात्रांसह समजला, तर गीतेचा उद्गाता, शेकडो वर्षं भारतीयांचा संसारसखा झालेला श्रीकृष्ण अर्धा-अधिक आपोआप समजतो. त्याचं युगंधरी रुपडं विविध जीवनछटांत दर्शन देऊ लागतं. त्याचं अंतरंग गीता, भागवत हरिवंशपुराण व त्याच्याशी सबंधित आठ-नऊ अन्य पुराणं यांच्या पलीकडं जाऊन मुरलीच्या मधुर वाणीत 'युगंधरी' छंदात तुमच्याशी बोलू लागतं. आपल्यातच एक सुप्त श्रीकृष्णांश नांदतो आहे, याचा रोकडा प्रत्यय येऊ लागतो.

यासाठी 'विश्वाचे आर्त माझ्या मनी प्रकाशले' हा व 'एकतरी ओवी अनुभवावी' हा लेख वाचकांनी सूक्ष्म भान ठेवून अवश्य वाचावा. एकूणच हे साहित्यिक 'कांचनकण' आहेत, हा प्रत्यय त्यांना नक्कीच येईल, हा विश्वास. याहून दुसरं हवं तरी काय?

शेवटी तुम्हा वाचकांना एवढंच –

'आमचं हे (साहित्यिक) सोनं सांडू नका।
आमच्यासंगं कध्धी कध्धी भांडू नका!!'
इति-शुभं भवतु।

पुणे ३० **शिवाजी सावंत**

■

अनुक्रमणिका

■

■

वर्ष होतं १९७९. 'छावा' या संभाजीराजांच्या जीवनसंघर्षावरील साहित्यकृतीचं लिखाण चालू होतं. त्यासाठी दहाएक वर्षं प्रथम ऐतिहासिक संदर्भग्रंथांचा अभ्यास, चाळीस-एक गडकोटांची डोळस पायपीट. आराखडा म्हणून वर्षवार टाचणांच्या फाईल्स. सर्व सोपस्कार करून लिखाण बरंचसं आवरलं होतं. एक-दोन महत्त्वाची अखेरची प्रकरणं तेवढी बाकी होती.

मला मनोमन पक्का विश्वास होता, की ही कथा मराठी वाचकांना रुचणार, त्यांच्या अंतरंगाचा ठाव घेत त्यांना भावणार. माझी ऐतिहासिक व विशेषतः औरंगजेबाच्या दैनंदिन आखबारतींचा सत्यवेधक आढावा घेताना सतर्क व ठाम धारणा झाली होती की छत्रपती संभाजी महाराजांचं अपूर्व बलिदान कुठल्याही कारणासाठी असो- पार झाकोळलं आहे.

मन या घालमेलीत असतानाच बालभारतीजवळच्या उताराला साइड चुकवून चक्क उजवीकडून येणाऱ्या लॉरीला चुकवताना माझी स्कूटर स्लिप झाली. डांबरी रस्त्यावर पंधरा-वीस फूट मी फरफटत गेलो. डोक्याला जबरदस्त मार बसला, अपघात झाला. पुण्यात प्रथम उपचार झाले. कॉलरबोनचं फ्रॅक्चर झालं होतं. उजवा पाय व हात जड झाला होता, शनिपाराजवळील श्री. बबनराव गंजीवाले यांच्याकडून आठ दिवस हाता-पायांना मॉलिश केलं. जडपणा तेवढ्यापुरता कमी व्हायचा, नंतर पुन्हा आहे तसा! गंजीवाल्यांनी शेवटी धाडस करून सांगितलं ''शिवाजीराव, हा सौम्य पॅरालिसिस

■

दिवस 'छाव्याचे'

■

असावा!'' ऐकताना जाम हादरलोच. कथा दोन प्रकरणांसाठी अपूर्ण होती. काय करावं? कुठं जावं? मन थांग, तळ न लागणाऱ्या घनघोर निराशेनं दाटून आलं. अशातच मी ज्या 'लोकशिक्षण' या सरकारी मासिकाकडे संपादक म्हणून डेप्युटेशनवर काम करीत होतो,त्याची मुदत संपली! कोल्हापूरला परत राजाराम हायस्कूलकडे जाणं नियमानुसार अटळ होतं. कथेचं काय?

आठ-पंधरा दिवसांत बोलताना जीभ मध्येच अडखळू लागली. मी मनोमन पक्की तयारी केली- 'आपण जाणार!' एक विचार ठाम झाला- 'छावा' पूर्ण करायचीच! आपलं काही होवो- ही शंभुकथा तडीला लावायचीच! 'छावा' लिहायला प्रारंभ केला तेव्हा बहात्तरमध्ये सपत्नीक तुळजापूरला जाऊन महाराष्ट्राच्या कुलस्वामिनीचं दर्शन घेऊन आलो होतो. पुजारी माणिकराव कदम-पाटील यांच्या जाणत्या देखरेखीखाली तिचा सविधी गोंधळ घातला होता. आता तिचंच मनोभावे स्मरण केलं. पत्नी सौ. कुंदा ऊर्फ मृणालिनी हिला म्हणालो, ''हात चालत नाही. कागद-पॅड घे. इथं शेजारी बैस. 'छावा' लिहून घे!'' तिनंही मन निर्धारी केलं. शेवटची दोन्ही प्रकरणं महिनाभरात बांधून झाली! श्री. अनिल कामतेकर यांनीही यातील काही शब्दकळा लिहून घेतली. ते तयार हस्तलिखित कॉन्टिनेंटलचे बंधुवर्य व साक्षेपी संचालक-प्रकाशक श्री. अनंतराव कुलकर्णी यांच्या हाती देत म्हणालो, ''छावा महाराष्ट्राचा आहे. तुमच्या हाती सुपूर्त केला आहे. मार्गी लावावा. जगदंबा सर्व ठीक करेल!''

दुसऱ्या दिवशीच मी मित्रवर्य ॲड. नंदू घाटे यांच्यासह हरजीवन हॉस्पिटलचे डॉ. शेठ यांच्या रुग्णवाहिकेतून मुंबईच्या जसलोक हॉस्पिटलमध्ये दाखल व्हायला गेलो. आता रीतसर आधुनिक शक्य ते सर्व उपचार डॉ. दस्तुर, डॉ. कुलकर्णी यांनी सुरू केले. या दरम्यान, महाराष्ट्रातील शब्दशः हजारोंनी मला उदंड प्रेम दिलं. त्यांत यशवंतराव चव्हाण, तेव्हाचे महाराष्ट्राचे मुख्यमंत्री शरद पवार, भाई वैद्य, सदानंद वर्दे, बाळासाहेब ठाकरे, एन. डी. पाटील, वसंत सबनीस, पी. बी. साळुंखे, दाजिबा देसाई, दौलतराव भोसले, सुधीर फडके, हृदयनाथ व भारती मंगेशकर, रणजित देसाई, उत्तम गोसावी व मुख्यतः माझ्यासाठी पुणे-मुंबई अप-डाऊन करणारे मित्रवर्य श्रीनिवास काकडे, शिरीष नाईक असे कितीतरी शिव व शंभूप्रेमी होते.

सर्वाधिक मोलाचं म्हणजे या काळात अपार धैर्य दाखविलं ते माझ्या पत्नीनं- सौ. कुंदानं. मी जसलोकमध्ये असताना पुण्यात माझ्या गैरहजेरीत यशवंतरावांनी दिल्लीहून अगत्यानं येऊन अत्यंत घरगुती पद्धतीनं 'छाव्या'चं साधं असं कॉन्टिनेन्टलमध्ये सविधी पूजन केलं. त्यांनी स्वहस्ते पहिली लाभाची प्रत, प्रतापगडावर प्रत्यक्ष शिवरायांनी प्राणप्रतिष्ठा करून स्थापन केलेल्या गंडकीशिळेच्या भवानीच्या चरणी अर्पण केली. छावा सर्व प्रतिकूलतेचे तडाखे पेलून नावाप्रमाणे शार्दुली दिमाखात प्रकाशित झाली.

मराठी वाचकविश्वानं तिचं सहर्ष स्वागत केलं. लवकरच ही कथा 'मृत्युंजय'प्रमाणे दिल्लीच्या 'भारतीय ज्ञानपीठ' या भारतख्यात प्रकाशन संस्थेनं हिंदीत प्रकाशित केली. या अत्यंत आव्हानी व अवघड भाषांतराचं काम उस्मानाबादच्या रामकृष्ण परमहंस महाविद्यालयाचे प्राचार्य मित्रवर्य श्री. वेदकुमार वेदालंकार यांनी तन्मयतेनं केलं आहे. 'चंद्रलेखा'मार्फत छावा मराठी रंगमंचावर सादर झालं. श्री. बाळ धुरी यांनी शंभूराजांची व स्मिता तळवलकरनं येसूबाईची भूमिका पेलून नाटकाचे ३५० प्रयोग महाराष्ट्रात केले. छाव्याला राज्य सरकारचा वाङ्मय पुरस्कारही मिळाला.

आज ही सर्व वळणं तटस्थ मनानं बघताना अपघाताच्या वेळी पुण्यात विजयानगरमध्ये 'योगक्षेम' या इमारतीत आत्मीयतेनं भेटायला आलेल्या ती. आदरणीय तात्यासाहेब (कुसुमाग्रज) यांनी जिव्हाळ्यानं काढलेले उद्‌गार आजही काना-मनात, ते कालच बोलल्याप्रमाणे रुंजी घालतात. ते म्हणाले, "शिवाजीराव, तुम्ही 'मृत्युंजय' लिहिलंय. कुणाच्याही शुभेच्छांइतकीच स्वतःची मदतच स्वतःला अशा वेळी उपयोगी पडते, हे काही मी सांगायला नको. तुम्ही नक्की बरे व्हाल!"

तसंच घडलं! घनदाट निराशेच्या काळ्याकुट्ट मेघांच्या तडाख्यातून 'छावा' ही मराठी साहित्यकृती तळपत्या मार्तंडासारखी आली. मराठी व हिंदी वाचकविश्व ती शंभूराजांसारखंच छाव्याचं काळीज करून आस्वादत आहे.

युरोपातील जर्मनी, फ्रान्स, अमेरिका, ग्रेट ब्रिटन या व युरेशियातील रशिया या देशांना अनेक वेळा प्राणबाजीच्या लढाया देऊन 'स्वातंत्र्य' लाभलं आहे. भारताला असं लाभलं काय? भारताच्या आजच्या लोकशाहीच्या वाटचालीत छत्रपती शिवराय, शंभूराजे, राणाप्रताप व अलीकडच्या काळातील सुभाषचंद्र बोस यांच्या सूर्यस्पर्शी जीवनांना व त्यागाला काही महत्त्व आहे की नाही? नुकतीच रशियात घडलेली उलथापालथ, आपल्या देशाच्या लोकशाहीची सांदडीतून चाललेली वाटचाल लक्षात घेता, शंभूचरित्राचा मला अभिप्रेत आशय काळच सिद्ध करेल, असा मला ठाम विश्वास आहे. परभृत विचारांवर सरड्यासारखी धाव घेऊन 'छावा'सारखी साहित्यकृती 'ऐतिहासिक व्यक्तिरेखेचे उदात्तीकरण' म्हणून बोळवण करणारे महाभाग विसरताहेत, की भारतातील महाराष्ट्रासारखी सलग जीवनधारा इस्राईलला लाभली असती तर त्यांनी आजवर वैज्ञानिक, राजकीय, आर्थिक अशा सर्व आघाड्यांवर जगावर राज्य केले असते! इतिहासाचे आंधळे, निर्बुद्ध गोडवे गाऊ नयेत, हे मला पूर्ण मान्य आहे; मात्र इतिहास कठोर तर्काने पाखडून जीवनाच्या सलगतेत पारखावाच लागतो. काल उगवला, परवा उगवला व कोट्यवधी वर्षांपूर्वीही तळपला म्हणून सूर्य कधी शिळा होतो काय... 'इतिहासजमा' होतो काय, याच निखळ धारणेवर मी छाव्याचा वेध घेतलेले ते दिवस होते.

■

■

एक काव्यवजा, बखरीसारखा लेख नुकताच बेलवाडीच्या एका अर्धशिक्षित मुख्याध्यापकाकडे उपलब्ध झाला आहे. तो कन्नडमध्ये आहे. त्याच्या आधारे भाष्य करताना वार्ताहर दीपकराव मुडबिद्री व रेणू नौरियाल यांनी आपल्या इंग्लिश वृत्तात एके ठिकाणी फारच एकतर्फी विधाने केली आहेत. दिग्विजयी शिवाजीराजांनी मल्लम्मापुढे शरणागती घेतली, असे धादान्त असत्यपणे म्हटले आहे. मराठी वाचकांचे लक्ष या समरोत्सवाकडे वेधून त्याच्याच आधारे स्पष्टपणे सिद्ध होणारे एक चित्र इथे देत आहे.

प्रथमच या बाबतीत ह्या बखर शीर्षकाचे नावच नीट अर्थासह ध्यानी ठेवले पाहिजे. ते आहे, 'समरोत्सव' असे. त्याचा 'एका युद्धाचा उत्सव' असा अर्थ दिला आहे. हे लिखाण १७०५ ते १७२० च्या मधले आहे. काही वर्षांपूर्वी म. म. दादासाहेब पोतदार यांनी फोटोसह बेलवाडीच्या एका वीरगळावर भाष्य केले होते. त्या वीरगळाच्या फोटोत असे खोदले आहे की एक स्त्री आसनावर बसली असून तिच्या मस्तकावर छत्र आहे. छ. शिवराय, एक बालक वारस म्हणून तिच्या मांडीवर ठेवताना दिसत आहेत. त्या वीरगळाचा, या शिवाजी - मल्लम्मा समरोत्सवाचा व बेलवाडीच्या मुक्कामात महाराजांनी सजा फर्माविलेल्या सुखजी गायकवाडचा आलेला एके ठिकाणचा उल्लेख या सर्वांतून एक ठसठशीत असे चित्र शिवचरित्र व राणी मल्लम्मा यांच्यावर स्वच्छ

■

छत्रपती शिवराय
आणि
बेलवाडीची मल्लम्मा

■

प्रकाश टाकते. कसे तेच बघायचे.

प्रथम समरोत्सवाचा विचार करू. हे लिखाण ताराबाईकालीन आहे. ताराबाईंनी याचा लेखक शिसो श्रीनिवास याचा दरबारात पुरस्कार देऊन गौरव केला होता. वीर मल्लम्मा या स्त्रीच्या चरित्राचा गौरव करण्याची ताराबाईंची वृत्तीही त्यातून दिसते. महाराणी ताराबाई या मराठा सरलष्कर हंबीरराव मोहित्यांच्या सुकन्या. त्या स्वतः घोड्यावर मांड घेऊन प्रत्यक्ष समरात लढाई खेळणाऱ्या वीर सेनानी होत्या. त्यांना तशाच वीर मल्लम्माचे चरित्र आदरणीय वाटणे साहजिकच आहे.

या समरोत्सवात लेखक श्रीनिवास यांनी प्रथम मल्लम्माची साद्यंत माहिती दिली आहे. ती सर्व बारकाव्यांसह प्रथमच उजेडात येते आहे. ही राणी मल्लम्मा कोण? तिचे शिवाजीराजांच्या सैन्याशी युद्ध का व कसे झाले? त्याची अखेर काय झाली? त्यातून शिवचरित्रावर कोणता प्रकाश पडतो? समरोत्सवामध्ये आलेले वर्णन पुढीलप्रमाणे आहे.

मल्लम्मा ही 'पल्लव' राजकुळातील 'स्वादी' या राज्याचा नायक मधुलिंगमची कन्या. तिच्या आईचे नाव वीरम्मा. या दाम्पत्याला पहिला मुलगा होता सदाशिव. मल्लम्मा त्याची धाकटी बहीण. मल्लम्मा लहानपणापासून चौकस, चलाख व बुद्धिमान होती. तिचे कन्नड, मराठी, उर्दू व संस्कृत अशा चार भाषांत शिक्षण व्हावे म्हणून मधुलिंगमने दहा गुरू नेमले होते. या सर्व गुरूंमध्ये शंकर दीक्षित हा अत्यंत निष्णात होता.

मल्लम्मा संस्कृत आणि कन्नडमध्ये कविताही करीत असे. मधुलिंगमने आपल्या तरुण मुलांसाठी म्हणजे सदाशिव व मल्लम्मा यांच्यासाठी निष्णात असा रघुवीरसिंग नावाचा युद्धकलेचा गुरू नेमला. त्याच्या हाताखाली दोन्ही मुले मैदानी खेळांत व युद्धकलेत चांगलीच तयार झाली. मल्लम्मा तर चलाख व चौकस असल्याने विशेष तयार झाली. स्त्री असून पुरुष सैनिकाचा वेष धारण करून ती कमालीच्या कौशल्याने धनुर्विद्या, घौडदौड, भालाफेक इत्यादींचे नेत्रदीपक प्रात्यक्षिक दाखवी.

मुळची देखणी, चतुरस्त्र व हुशार, कविता करणारी अशी मल्लम्मा शूर योद्धा म्हणूनही विकास पावली. यामुळे ती पित्याला, मधुलिंगमला अतिशय प्रिय झाली. त्याने तिचे लग्न अतिशय थाटात बेलवाडीचा शूर नायक ईशप्रभू याच्याशी लावून दिले.

'समरोत्सव' या बखरवजा काव्याचा लेखक शिसो श्रीनिवास या 'राजस विवाहाचं' वर्णन करताना मात्र त्याला काल्पनिक अतिशयोक्तीची जोड कशी देतो, हे बघणं रंजक आहे.

या 'विवाहा'ला तो 'स्वयंवर' संबोधतो. त्यासाठी मधुलिंगमने 'पण' मांडला होता असे म्हणतो. कसला पण? तर वाघाच्या शिकारीचा! जो राजा अधिक वाघ

मारील त्याला मल्लम्मा नवरा मानून वरमाला घालील. (मल्लम्मानेच बापाला ही आग्रही अट घातली होती म्हणतो.)

यासाठी पणात भाग घ्यायला कोण कोण आले होते? तर केलादी, कुर्ग, मैसूर, अनागोंदी, बुंदेलखंड, जयपूर, उदेपूर, काश्मीर येथील राजे व राणे या स्वयंवरासाठी स्पर्धक म्हणून आले होते! इतकेच म्हणून श्रीनिवास थांबत नाही, तर शिवाजीचे दोन मुलगेही (?) आले होते म्हणतो. या स्वयंवरात बेलवाडीच्या ईशप्रभूने पण जिंकून मल्लम्मा जिंकली म्हणतो. (थोडक्यात, मल्लम्माचे लग्न ईशप्रभूशी थाटाने झाले व दोघांनाही वाघाची शिकार खेळता येत होती, असा अर्थ घ्यायचा!)

मल्लम्मा माहेरच्या स्वादी या राज्यातून बेलवाडी या सासरच्या राज्यात आली.

बेलवाडी हे छोटेखानी राज्य बेळगावाजवळ होते. स्वादी राज्याच्या दक्षिणेला त्याची हद्द होती. त्याच्या पार दक्षिणेला केलादी, कुर्ग आणि मैसूर अशी राज्ये होती. ही पाचही राज्ये 'लिंगायत' असून, अतिशय समृद्ध व शूर राज्ये होती. बेलवाडी हे राजधानीचे गाव. त्याच्या टेकडीवर एक भक्कम असा गढीवजा किल्ला होता. तिथे ईशप्रभूसह मल्लम्मा राहू लागली. (त्यांना एक मुलगाही झाला होता, याचे मात्र वर्णन त्यात नाही!)

एकदा नवऱ्यासह मल्लम्मा गोकर्णाला शिवलिंगाच्या दर्शनासाठी गेली होती. परतताना ईशप्रभू उन्हाच्या तिरिपेमुळे झाडाखाली विश्रांती घेत असता अचानक डरकाळ्या फोडत दोन वाघ चालून आले. सावधानगीने मल्लम्माने एका वाघाचा तीराने व एकाचा कट्यारीने शेवट केला! झोपलेला नवरा आवाजाने जागा झाला. शरमून म्हणाला, ''खरे तर तुझे रक्षण मी करायचे; पण उलट तूच माझे रक्षण केलेस.''

यावर मल्लम्मा म्हणाली, ''महाप्रभूने आपणा दोघांचे रक्षण केले आहे. त्याचे आभार माना.''

(या सर्व उपाख्यानात वाघ मारून स्वयंवराचा पण व त्यामुळे मल्लम्मा जिंकणारा ईशप्रभू वाघामुळेच कसा संकटात आला व शूर मल्लम्माने तशा वाघांनाच मारून त्याचे रक्षण कसे केले, हे रंजक पद्धतीने अवास्तवपणे कसे सांगितले आहे, याचे दर्शन घडते. हा रंजक अतिशयोक्तीचा धागा धरूनच लेखक श्रीनिवास 'शिवाजी-मल्लम्मा-समरोत्सव' हे आपले दरबारी थाटाचे बखरवजा काव्य कसे पूर्ण करतो, हे शिवप्रेमींनी बघण्यासारखे आहे.)

पुढे या 'समरोत्सवा'त असे वर्णन आले आहे की, मोगलांशी तोंड देण्यात गुंतलेला शिवाजीराजा कर्नाटक जिंकून परतताना सत्तर हजारांच्या दाबजोर सैन्यानिशी बेलवाडीच्या सीमेवर 'यादवाड' येथे येऊन तळ देऊन राहिला. त्याच्या सैन्यात पंधरा

हजार धारकरी, तितकेच घोडेस्वार व इतर सैनिक व अधिकारी होते. आठशे उंट, दोनशे हत्ती व शंभरावर तोफा या सैन्यात होत्या.

शिवाजीच्या सैन्याने यादवाड धरून बेलवाडीचा प्रदेश जिंकायला सुरुवात केली. तेथील खिल्लारे व जनावरे हाकलून आपल्या तळावर नेली. त्यांची सुटका करण्यासाठी प्रथम नायक ईशप्रभूने आपला मुत्सद्दी सिद्दगोंडा पाटील याला मध्यस्थी करण्यासाठी मराठ्यांच्या तळावर पाठविले. दुर्दैवाने त्याची व शिवाजी महाराजांची भेटच झाली नाही. धनाजी जाधवांच्या पथकातील सैनिकांनी त्याला परस्परच मागे पिटाळले.

ईशप्रभूने शेजारच्या लिंगायत राज्यांना मदतीचे आवाहन करणारे दूत पाठविले. पण ते सर्व राजे शिवाजीराजांचे तहाने मांडलिक झाले होते. नायकाने होळीच्या लिंगायत धर्मगुरूंनाही मदतीची हाक दिली होती. पण त्यांना धाडलेले सैन्य पोहोचण्यापूर्वीच ईशप्रभू दोन हजारांच्या फौजेनिशी यादवाडला तळ दिलेल्या मराठी फौजेवर चालून गेला. चकमक झाली. नायक वर्मी जखमी झाला. त्याला घेऊन त्याचे सैनिक बेलवाडीच्या गढीकडे परतले.

आता प्रत्यक्ष राणी मल्लम्मानेच पदर खोचला. आपले दोन हजार स्त्री-सैनिक व त्यांच्या पिछाडीला तीन हजार पुरुष सैनिक अशी फौज घेऊन गढीतून राणी दिग्विजयी मराठी फौजेवर चालून आली. मराठा सेनापतीला 'स्त्रियांची फौज' हे खरेच वाटेना! त्याने प्रथम ते हसण्यावारी नेले; पण काही तासांत जेव्हा त्याचे दोनशे धारकरी जखमी होऊन खाली पडले, तेव्हा त्याचे डोळे उघडले. तेव्हा पूर्वी राणीची दबावून आणलेली जनावरेच त्याने तिला परत केली नाहीत तर आपल्याकडील चारशे काबाडीचे बैलही तिला दिले!

हे कानावर येताच छ. शिवाजी संतापले. राणी आपली जनावरे व शिवाजीचे काबडीचे बैल घेऊन गढीवर सुखरूप परतली. बेलवाडीशेजारी मराठी तळ अद्यापि होताच. वर्मी घायाळ झालेल्या ईशप्रभूने राणी मल्लाम्माकडून वचन घेतले की, 'शिवाजीचा पराभव केल्याशिवाय मी (राणी) विश्रांती घेणार नाही!' हे वचन घेऊन ईशप्रभूने आपल्या राणीकडे बघत प्राण सोडला.

राणीने आपल्या नवऱ्याला दिलेले वचन कसे पूर्ण केले? याचे वर्णन करताना तर शिसो श्रीनिवास या समरोत्सवाच्या कन्नड लेखकाने कल्पनाविलासाचा कहरच केला आहे. तो या समरोत्सवात अवास्तवपणे लिहितो की, - राणीला चांगले माहीत होते की, शिवाजीराजाला जिंकणे शक्य नाही. म्हणून तिने युक्ती योजली. तिने आपल्याकडील 'शांतय्या' नावाच्या निष्णात गुप्तहेराशी गुप्तपणे मसलत करून त्याला संन्याशाच्या वेषात शिवाजीच्या सैन्यात पाठवले.

तो तिथे प्रथम सेनापतीला भेटला. त्याने संन्याशी शांतय्याला थेट शिवाजीसमोर

उभे केले. धार्मिक वृत्तीचा असल्याने शिवाजीने त्याचा आदर करून भेट घेतली. शांतय्याने शिवाजीराजांना मल्लम्माचा पाडाव करण्यासाठी एक धार्मिक उपाय सांगितला. कुठला? तर मोजकेच रक्षक घेऊन राजांनी बेलवाडीच्या लगत असलेल्या 'लोकोध्याम्मवा' नावाच्या देवीच्या मंदिरात जाऊन तिची पूजा बांधून शरण भावाने विजयाची प्रार्थना करावी

दुसऱ्याच दिवशी, देवीचा वार शुक्रवार असल्याने शिवाजी तसा निघाला. बरोबर निवडक सरदार होते. शिवाजी त्या मंदिरात पूजा बांधून, प्रार्थना करत असतानाच राणी मल्लम्मा झडप घालून एकदम प्रकटली! कशी तर हातात हत्यारं आहेत, डोक्यावर लोखंडी शिरस्त्राण आहे, पदर खोचला आहे अशा थाटात! भोवती तिचे महिला सैनिक होते.

शिवाजी चरकला! त्याला वाटले, साक्षात जगदंबाच समोर आहे! त्याने तिला मुजरा केला. या वेळीच मराठी सैन्यात तहाची पांढरी निशाणे उठली, नगारे वाजू लागले. शिवाजीने सेनापती धनाजी जाधवाला सांगून राणी मल्लम्माला पालखीतून आपल्या तळावर नेले. तिच्याशी तहाची गोष्ट काढली. तेव्हा नवऱ्याच्या आठवणीने घायाळ झालेल्या राणीने शिवाजीला शाप दिला, 'तुझा मुलगाही असाच क्रूर वधाने मरेल!' तरीही शिवाजीने राणीशी तह केला! तिला पेहराव देऊन तिची बोळवण केली.

अशा प्रकारे राणीने आपल्या नवऱ्याला दिलेले वचन पूर्ण झाले! पुढे राणीने भाकीत केले तसेच घडले. मल्लम्माच्या इच्छेप्रमाणेच लवकरच शिवाजीचा शेवट झाला. त्याचा मुलगा संभाजी गादीवर आला. औरंगजेबाने त्याचे हालहाल करून वध केला. त्याने बेलवाडी ताब्यात घेण्याची जंग जंग कोशिस केली होती.

पुढे ताराबाईने मल्लम्माला आपल्या दरबारात बोलावून तिचा सत्कार केला. 'राणी (राजारामाची दुसरी बायको?) व आपल्या नवऱ्यामुळे(?) हे दिवस आपल्यावर आले,' असे ताराबाईने शोकपूर्वक सांगून 'शिवाजी-मल्लम्मा-समरोत्सव' काव्यात काहीही काटछाट न करता ते तसेच ठेवावे यासाठी संमती दिली. ताराबाईंनीच बेलवाडीचा वीरगळ उभा केला, इ. इ. विधाने वरील वर्णित समरोत्सवाचा आधार घेऊन काही दिवसांपूर्वी मुडबिद्री व नौरियाल या पत्रकारांनी एका इंग्लिश वृत्तपत्रात केली आहेत. त्या वृत्तान्ताला नावही 'डिसकव्हरी ऑफ हिरॉइन' (एका नायिकेचा शोध) असे दिले आहे.

आता 'समरोत्सव' या काव्याच्या आधारे, बेलवाडीच्या वीरगळाच्या आधारे, महाराजांनी बेलवाडीच्या तळावर सखुजी गायकवाड या आपल्या सरदाराला कडक सजा फर्माविली होती, हे ध्यानी घेऊन 'शिवाजीराजे व बेलवाडीची मल्लम्मा' हे उपाख्यान होते तरी काय, हे नीट समजून घेणे अगत्याचे ठरते.

'समरोत्सव' धडधडीत अनेक कल्पितांची चळत रचताना स्पष्टच दिसते. यात भौगोलिक संदर्भ व राणीची आजवर उपलब्ध नसलेली माहिती तेवढी नव्याने आली आहे. पण म्हणून वाघांची शिकार, नवऱ्याची सोडवणूक, शांतय्याचा सल्ला, शिवाजीराजांचे देवीच्या मंदिरात जाणे, ताराबाईच्या दरबारात मल्लम्माचा सत्कार इ. सरळ नाट्यमय कल्पिते आहेत. मल्लम्माच्या लहान मुलाचा यात उल्लेख नाही. वीरगळ महाराणी ताराबाईंनी उभा केला असे म्हटले आहे. त्याला कारण व पुरावा नाही. महाराणी ताराबाईंनी 'सेन्सॉर' न करता हे काव्य असेच राहू द्या, अशी सूचना केल्याचे म्हटले आहे. कवीने स्वतः योजलेली सोय आहे ही.

या काव्यात राणी मल्लम्माच्या शौर्याचा एकतर्फी गोडवा गाताना अनेक मागील-पुढील ऐतिहासिक संदर्भांची मोडतोड केली आहे. राणी मल्लम्मा महाराणी ताराबाईंच्या दरबारात आल्याचा इतरत्र कुठेच उल्लेख नाही. ताराबाईंना छ. संभाजीराजांची 'पत्नी' मानून यात त्यांच्याच तोंडी काही संवाद आहेत; ते तर हास्यास्पदच आहेत.

हे सर्व असले तरी बेलवाडीला महाराजांच्या कर्नाटक स्वारीहून परतीच्या प्रवासात एक जबरदस्त असे विधिसंकेताने आखलेले नाट्य घडून गेले हे खरे. कसेकसे घडले ते? त्याचे बारकावे काय काय, हे बघणे आता म्हणूनच अगत्याचे आहे.

राजे व सैन्य कर्नाटक कब्जा करून परतत होते. मुक्काम यादवाड येथे पडला. राजांचे सैन्य सत्तर एक हजार होते. त्यांच्याबरोबर हंबीरराव मोहिते (ताराऊचे वडील), धनाजी जाधव, दत्ताजी पंत, बाळाजी आवजी, मानाजी मोरे व सखुजी गायकवाड अशी सरदार माणसे होती. शिवाजीराजांच्या मोहिमेची एक कडक शिस्त होती. स्वारीच्या सैन्यात वाहतुकीचे खाते, मुदपाकाचे खाते, फिलखाना, पागा, शिलेखान्याचे तंबू, तोफखाना, जनावरांचे खाते अशी विभागणी असे. सखुजी गायकवाड हा बहुधा जनावरांच्या खात्यावर म्हणजे वाहतुकीच्या बैलांच्या व इतर जनावरांवर देखरेखीसाठी प्रमुख म्हणून नामजाद असावा.

राजांच्या या स्वारीत स्वादी धरून, कुर्ग, मैसूर अशी लिंगायत राज्ये, तहाने 'मांडलिक' झाली होती. बेलवाडी झाली नव्हती. त्यामुळे सैन्य बेलवाडीजवळ येताच धनाजीच्या त्या पथकाने यादवाडजवळील काही गावे लुटली. तेथील काही जनावरे दबावून तळावर आणली. ती सोडावीत म्हणून बेलवाडीचा नायक ईशप्रभूने आपला वकील सिद्दगौंडा पाटील याला यादवाडच्या मराठी तळावर धाडले. त्याला धनाजी जाधवांनी सेनापती म्हणून भेटून नायकाने राजांचे मांडलिक व्हावे, तसा तह करावा मगच जनावरे परत पाठवू, असा निरोप देऊन परत पाठविले. त्यामुळे नायक ईशप्रभू बिथरला. शक्य होती तेवढी फौज घेऊन दिग्विजयी फौजेवर चालून आला. धनाजीच्या पथकांची व त्यांची परस्परच चकमक झडली. तिच्यात नायक ईशप्रभू वर्मी जखमी

झाला. त्याला तसा घेऊन त्याचे धारकरी बेलवाडीच्या गढीकडे परतले.

नवऱ्याला जखमी पाहून शूर व स्वाभिमानी राणी मल्लम्मा बिथरली. तिने युद्धाचे शिक्षण घेतलेच होते. दुसऱ्याच दिवशी आपली स्त्रियांची फौज आघाडीला व पिछाडीला पुरुष धारकरी अशी कल्पक रचना करून प्रत्यक्ष राणी मल्लम्माच घोड्यावर स्वार होऊन यादवाडच्या प्रचंड तळावर चालून आली.

धनाजीने सूचना दिल्याने असेल, कर्तव्य म्हणून असेल, राणीची जनावरे धारकऱ्यांचा फेरा घालून आबादानीनं रक्षक सखुजी गायकवाड उभा होता.

पहिल्याच धाडीत सखुजीने 'बायकांची फौज' अशा हेटाळणीने या हमल्याकडे बघितले. पण ठरल्याप्रमाणे राणीची पिछाडीची फौज पुढे आली. त्यांनी शर्थ करून सखुजीला लढवीत ठेवला. राणीच्या जनानी फौजेने आपली तर जनावरे सोडविलीच पण सखुजीचे ताब्यातील काही काबाडीचे बैलही सोडविले. बेलवाडीच्या गढीच्या वाटेला लावले. या सर्व घालमेलीत सखुजीला राणीची सर्व फौजच 'जनानी' आहे असे भासले. तो गोंधळला इथेच.

आता धनाजी, सखुजी, मोरे यांची मराठी सेनेचे राणीने नेलेले 'काबाडीचे बैल' सोडविण्यासाठी परस्पर धडपड सुरू झाली. सत्तर हजारांचा तळ यादवाड धरून दूरवर राहुट्या टाकून पसरला होता. मध्यभागी 'खासांच्या शामियान्यात' महाराज होते. एक-दोन दिवस झाले तरी तळ हालेना. महाराजांनी सेनापती हंबीररावांना कारण विचारले. हंबीररावांनी धनाजीच्या पथकात जनावर खात्याकडे जी घालमेल झाली होती ती धाडसाने कानी घातली. महाराजांना यातील काही कल्पना नव्हती. येताच ते संतापले. दोन कारणांसाठी, एक बाईशी हत्यार झुंज घेतली म्हणून, गाठीचे काबाडीचे बैल गेले म्हणून. (अर्थात चारशे नव्हेत; असतील शे-शंभर) वाहतुकीसाठी आता कसे आणायचे म्हणून त्यांनी बैल सोडवून आणण्यासाठी निवडक सरदारांची बैठक घेतली. सवाल घातला, 'एवढा कर्नाटक कब्ज केलात. गढीत कोंडलेले बेल आणील असा मर्दानी कोणी नाही काय?' बैठकीत सखुजी गायकवाड होता. त्याने पुढे होत जबाबदारी उचलली.

दुसऱ्या दिवशीच निवडक धारकरी घेऊन सखुजी गायकवाड बेलवाडीची गढी कब्ज करायला निघाला.

इथून पुढे खरे या विधिरचित ऐतिहासिक नाट्यमय समर प्रसंगाला तोंड फुटले.

सखुजीने बेलवाडीच्या राणी मल्लम्माच्या गढीला धडक दिली. बंद दरवाजा फोडून तो आत घुसला. आपले काबाडीचे बैल त्याने सोडविले. त्याची फत्ते झाली पण विजयाच्या नादात त्याने दोन नको त्या गोष्टी केल्या. राणीचा विनयभंग होईल असे तिला तो काहीतरी लागट बोलला आणि तिला चक्क काढण्या घालून जेरबंदीनं आपल्या राजांसमोर पेश घालायला म्हणून निघाला. राणीचा पती जखमी नायक या

वेळी वारला होता. ती त्या दुःखाने व आलेल्या प्रसंगाने आतून धुमसत होती. गढी सोडताना तिने आपला पाळण्यातील सव्वा वर्षाचा वारस काखोटीला मारला नि मगच गढी सोडली. ही कृती तिने तिडिकेनं केली होती तरी अक्कलहुशारीची होती. पिछाडीला पुरुष फळी व आघाडीला स्त्री सेना असा आपल्या कल्पकतेचा नमुना तिने सखुजीला नुकताच यापूर्वी दाखवला होता.

राणीला जेरबंद घेऊन सखुजी आपल्या बैल जाऊ देण्याच्या चुकीची भरपाई झाली, आता बैलांसह राणी शिवाजीराजांसमोर पेश घालू, त्यांची शाबासकी पटकावू अशी खुशीची गाजरं खात गढी उतरला.

तळावर दुरूनच जेरबंद राणी व बैल नि धारकरी येताहेत हे पाहून शिवाजीराजे आपल्या डेऱ्यासमोर आसनावर बसले होते ते उठले. चालत पुढे आले. सखुजीच्यासह पथक नजरेच्या टप्प्यात येताच त्यांनी पहिली आज्ञा केली, ''पहिले बाईच्या काढण्या उतरवा.''

खाली गर्दन घालून कमालीच्या ताणाखाली असलेली राणी मल्लम्मा योद्धयाच्या वेषात होती व तिच्या काखोटला भेदरले मूल होते. ती एव्हाना रागानं डोळ्यांतून आग ओकत होती. काढणीतून मोकळी होताच ती विजेच्या लोळासारखी पुढं झेपावली. आसनस्थ झालेल्या शिवाजाराजांच्या मांडीवर तिरीमिरीनं आपलं मूल आदळत 'कानडीत' गर्जली, 'मोठा राजा म्हणवतोस! माझ्या कुंकवाच्या धन्याला मारलंस, गढी कब्ज केलीस; या माझ्या पोरग्याला तरी कशाला मागं ठेवतोस? जा घेऊन याला आणि दे कड्यावरून लोटून! होऊ दे तुझा दिग्विजय!' बाईचा हा कानडी खडखडता शब्दमारा राजांना मुळीच समजला नाही! कर्नाटक सुभा रघुनाथपंत हणमंते यांनी त्याचा मराठी तर्जुमा राजांच्या कानी घातला.

महाराज तो अकल्पित, काळीजवेधी हमला बघून-ऐकून क्षणैक सुन्न व स्तिमितच झाले. बाई काय म्हणतात हे त्यांनी जनार्दनपंत हणमंत्यांना मांडीवरचे मूल सावरत नीट विचारून घेतले.

सर्व ध्यानी येताच निर्णयाला पक्का व तत्पर असलेला तो जाणता, जनकल्याणी राजा मांडीवरच्या मुलाला भुजेवर घेऊन उठला. तिचे मूल तिला परत देत निर्धारपूर्वक म्हणाला, ''बाई, तुमच्या गढीची लालच ती आम्हांस काहीही नाही. ही गढी आम्ही तुम्हांस बहीण मानून चोळखणासाठी बक्ष करतो आहोत. सांभाळा हा गढीचा वारस आणि ही गढी. तुमच्या दर्शनाने आज आम्हांस जगदंबेचे दर्शन झाले.''

चमत्कारिक स्फुंदतच राणीने मुलाला आपल्याकडे घेतले. राजांच्या निर्णयाने आणि बोलांनी तीही भारावून गेली होती. म्हणाली, ''राजा, तू एवढा मोठा; मग तुझ्या हाताखालची ही माणसं अशी कशी? विचार तुझ्या सरदाराला तो गढीवर माझ्याशी कसा बोलला ते?''

शिवाजीराजांनी सन्मानाने पालखी देऊन, धनाजी जाधव व धारकऱ्यांचा पहारा देऊन राणी मल्लम्माला बेलवाडीच्या वाटेला सुखरूप लावले.

ती नजरेआड होताच स्त्रीत्वाचा मनःपूर्वक आदर करणाऱ्या त्या कल्याणी शिवाजाराजानं आज्ञा फर्मावली, 'सखुजीरावास पेश करा!'

महाराजांचा आवेश बघूनच मनोमन चरकलेला सखुजी गायकवाड हात बांधून खालच्या गर्दनीनं पेश झाला. शिवाजीराजांनी बेलवाडीच्या गढीच्या हमल्यात झालेल्या प्रकाराचा नीट सरतपास घेऊन, हल्ल्यातील धारकऱ्यांच्या तोंडूनच समजून घेतला. राजांना अपेक्षा नव्हती की, आपल्या सेनेतील सरदार विजयाच्या धुंदीत एका विधवेचा मानभंग करील.

सूर्यपेट डोळ्यांनी तापल्या शब्दाग्नीत त्यांनी तिथंच विचारपूर्वक आज्ञा फर्माविली, "दुसऱ्याच्या बेवा बाईवर बदनजर टाकतात. यांचे जुलमी डोळे तापल्या सांडसीने भरल्या तळासामने नीट दुरुस्त करा! घेऊन जा यांना."

शिवचरित्रात कल्याणच्या सुभेदाराच्या सुनेला महाराजांनी सादर परत पाठविले याला लेखी पुरावा नाही, त्यामुळे ती घडलीच नाही असा आक्षेप काही जण घेतात. त्यांचे पूर्ण समाधान व्हावे असे हे बेलवाडीच्या मल्लम्माचे वीरगळ व समरोत्सव यातून स्पष्ट होणारे उपाख्यान नाही काय? हा 'समरोत्सवच' होता- ती शरणागती नव्हे! शिवाजीराजे व मल्लम्मा यांच्या अनोख्या 'समराचा' उत्सव होता तो!

पुढे सखुजीला दिलेली शिक्षा राणी मल्लम्माला समजली. भारावून तिनेच शिवाजीराजांची यादगारी म्हणून तो प्रसिद्ध पाषाणी वीरगळ घडवून आपल्या बेलवाडीच्या सीमेवर बसविला. राजांची बहीण म्हणून आजही तो कर्नाटकात बघायला मिळतो.

शिवाजीराजांनी मल्लम्माला रणवेषात पाहून काढलेले उद्गार- 'तुम्हांस पाहून आम्हांस साक्षात जगदंबेचे दर्शन झाले!' त्यांच्या चरित्र आणि चारित्र्य यावर केवढा प्रकाश टाकणारे आहेत.

त्या शिवबोलाचे सार्थपण सखोलपणे पटवीत आजही तो पाषाणी वीरगळ कन्नड भूमीत उन्नतपणे खडा आहे!

-इति जगदंबायर्पणमस्तु!

■

■

"ॐ नमो देव्यै महादेव्यै शिवाये सततं नमः।
नमः प्रकृत्यै भद्रायै नियता प्रणताःस्मताम्।।
सर्वमंगलमांगल्ये शिवे सर्वार्थसाधिके।
शरण्ये त्र्यंबके गौरी नारायणि नमोऽस्तुते।।"

हिंदू जीवनप्रणालीनं वेदपूर्वकालापासून जीवनाची दोन परमेश्वररूप प्रतीकं मानली आहेत. पुरुषरूपात आद्य वंद्य पुरुष शिव. स्त्रीरूपात आदिमाया, शक्ती म्हणजेच पार्वती. प्रारंभी दिलेला 'ध्यानमंत्र' हा याच आदिशक्ती पार्वतीची आराधना करणारा सर्वांत जुना, उपलब्ध आशयश्रीमंत असा ध्यानमंत्र आहे. शिव म्हणजेच शंकर, 'शं करोति इति शंकर। जी उद्विग्न मनाची शांतता करतो तो शंकर. महेश, महादेव, आशुतोष, पिनाकिन अशी अनेकानेक अन्य नावेही शिवाला आहेत. अशा मनाची शांतता करणाऱ्या शिवशंकराची प्रिय पत्नी पार्वती. पार्वती ही पर्वतराज हिमालय व मेना यांची सुकन्या. शिवभूम गणेश व त्याची पत्नी सरस्वती अशा 'शिवकुटुंबाची' पालनकर्ती ती अदिशक्ती पार्वती. पार्वतीलाही दुर्गा, कालीमाता, अम्बा, कन्याकुमारी, उमा, मीनाक्षी, कामाक्षी, विध्यवाहिनी, चंडी, गौरी अशी अनेकानेक नावे व रूपे आहेत. 'या देवी सर्व भूतेषु बुद्धिरूपेन, ज्ञानरूपेन संस्थिता' म्हटलंय ते म्हणूनच. भारतात काश्मीरपासून कन्याकुमारीपर्यंत सर्व राज्यांत ही आदिशक्ती पार्वती 'श्रीदेवी' म्हणून जाणत्या तत्त्वार्थाने पूजिली जाते. 'श्री' या प्रारंभीच्या एकाक्षरी उपाधीला अनेक अर्थ आहेत. 'श्री' म्हणजे अकलंक दिव्य सौंदर्य, सर्वस्पर्शी ज्ञान, अरोध सामर्थ्य, कर्तुमकर्तुम एकमेव शक्ती!

■

कुलस्वामिनी

■

महाराष्ट्रात या आदिशक्तीची साडेतीन शक्तिपीठे सर्वमान्य आहेत. त्यांतील श्री महालक्ष्मी अंबिका ही करवीर (कोल्हापूर) येथे दक्षिण काशीत वसली आहे. श्री रेणुका माता ही मराठवाड्यात माहुरगडावर किनवट तालुक्यात नांदेड जिल्ह्यात डोंगरशिखरावर संपन्न आहे. अर्धं शक्तिपीठ मानलेली वणी गावची श्री सप्तशृंगी देवी नाशिक जिल्ह्यात आहे.

महाराष्ट्र या लढाऊ बाण्याच्या मुलुखाचं, अठरापगड स्त्री-पुरुष, आबालवृद्धांचं आद्य श्रीदेवी शक्तिपीठ म्हणजे तुळजापूरची जागृत भवानीमाता! तुळजापूर हे तालुक्याचं ठिकाण उस्मानाबाद जिल्ह्यात तेथून पश्चिमेला अठरा कि.मी.वर आहे. सोलापूरपासून ते सेहेचाळीस कि.मी.वर आहे.

जीवनाची वाढ व त्याचा विकास यांचा पाठपुरावा करणारी ही देवीशक्ती आहे. ती अन्यायाचं व असत्याचं कठोर निखंदनही करते. त्यासाठी ही रजोगुणाधिष्ठित क्रियाशील शक्ती आहे. स्वातंत्र्याची अधिष्ठात्री जगन्माता आहे. म्हणूनच महाकवी स्वातंत्र्यवीर सावरकरांनी तिला 'स्वतंत्रते भगवती' अशा सार्थ शब्दांत संबोधलं आहे. ती समर्थ अशा सिंहावर आरूढ होऊनच तिच्या क्रयपूर्तीसाठी येते. म्हणून तर तिला देशात अनेक ठिकाणी 'शेरावाली' म्हणतात.

प्राचीन काळी देवीनं मधू, कैटभ, शुंभ, निशुभ अशा अनेक अरेरावी, उन्मत्त, व उद्धट असुरांचा वध करून जीवगंगामुक्त केल्याचे दाखले आहेत. त्यातील महिषासुराचा वध केल्यामुळेच देवी 'महिषासुरमर्दिनी' म्हणून विख्यात आहे. हा महिषासुर प्रत्यक्ष शिवभक्त रंभासुराचा, पत्नी रंभेपासून झालेला पुत्र. रंभासुराने शिवाला प्रसन्न करून 'माझ्या पुत्राला मानवापासून मृत्यू येणार नाही' असा वर घेतला. पित्याच्या या वराने हा पुत्र उन्मत्त झाला. मत्त, मदांध महिषाचं म्हणजे रानरेड्याचं रूप घेऊन हा प्रत्यक्ष शिवपत्नीची- पार्वतीची अभिलाषा करू लागला! पार्वतीने अंती याच्या बरगड्यांत, पतीचा अमोघ त्रिशूल चालवून याला धडा दिला. तेव्हापासून ही महिषासुरमर्दिनी!

ज्या छत्रपती शिवरायांना महाराष्ट्र गेली अनेक शतकं शिवाचा अवतार मानतो त्या शिवरायांची ही तुळजाभवानी ही आद्य आराध्यदेवता! बहुधा राज्याभिषेकापूर्वी १६७४मध्ये शिवरायांनी देवीला अर्पण केलेली १०१ सुवर्णी पुतळ्यांची माळ तिच्या अलंकारांत आजही आहे. प्रत्येक पुतळीवर 'राजे सति छत्रपती' अशी राजांची नाममुद्रा स्पष्ट दिसते. असं म्हटलं जातं की शिवरायांच्या तलवारीचं नाव 'भवानी' होतं. देवीनंच ती राजांना कृपावंत होऊन अर्पण केली होता, अशीही धारणा आहे.

जेव्हा जेव्हा मानवी स्वातंत्र्य व जीवन संकटात येतं, तेव्हा देवीचे भक्त तिला अंतःकरणपूर्वक आळवतात. संत एकनाथांची 'बया दार उघड' म्हणून केलेली आळवणी व भाकणूक 'साकडं' म्हणून मराठीत विश्रुत आहे.

देवीचे दर वर्षी तीन उत्सव संपन्न होतात. चैत्री पौर्णिमा उत्सव, शाकंभरी नवरात्रोत्सव व शारदीय नवरात्रोत्सव. या उत्सवांत आईचा सविधी घातलेला 'गोंधळ' महत्त्वाची पूजा म्हणून मानला जातो. या गोंधळाचे नमन मोठे अर्थपूर्ण आहे.

या गोंधळासी माये अंबे लवकर यावे!
कुठवर आई पाहू वाट?
माझ्या नेत्रा भरला ताट
माये, लवकर चाला वाट-
या गोंधळासी....
संबळ, तुणतुण्याचा नाद
पोत पाजळला घालून साद
आपुन यावं देऊन दाद
अंबे, माये सोडून वाद-
या गोंधळासी...

अष्टाविध पूजासाज मांडून भक्त देवीचा तांदळाचा समृद्ध चौक भरून सार्थ महिमा सांगताना म्हणतात-

'आदिशक्तीचे कौतुक मोठे-
भुत्या मज केले
पंचभुतांचा देहपोत हा-
त्रिगुण गुणी वळला.
चैतन्याची ज्योत लावुनी
प्रज्वलित केला
उदर-परडी देऊन हाती
ब्रह्मांडी फिरवी
लक्ष चौऱ्याऐंशी घरची भिक्षा-
मागविली बरवी
ज्या ज्या घरी मी भिक्षा केली-
ते ते घर रुचले
आदिशक्तीचे कौतुक मोठे
भुत्या मज केले!!

असा श्री देवीचा महिमा वर्णन चौसष्ट कवड्यांची प्रतीकरूप माळ घातलेले भक्त-भुत्ये तिचा फरफरता पोत उजवीकडून उजवीकडे असा नाचविताना उन्मनी होऊन गर्जतात-

"आई राजाऽऽ उदंऽऽ उदंऽऽ!"

तेव्हा त्या जगन्मातेला जागृत होऊन, अष्टभुजा उभवून म्हणावेच लागते-
"तऽथाऽस्तु!"

■

■

आजचं 'कोल्हापूर' ऊर्फ 'करवीर' हे शहर 'कलावंतांची नगरी' म्हणून भारतभर प्रसिद्ध आहे.

श्रीक्षेत्र 'करवीर' म्हणून ते ऋग्वेदकाळापासून विख्यात आहे. स्फटिकधवल जलदायिनी पंचगंगेच्या काठी हे सह्याद्रीच्या पर्वतराजीच्या मेखलेत वसलेले मशहूर नगर आहे. बावनकशी मल्लविद्येच्या शौकासाठी ते महाराष्ट्र, भारतवर्षच नव्हे तर जगात विख्यात पावले आहे.

आजच्या अचूक भाषेत कोल्हापूरची ओळख करून द्यायची तर असंच म्हणता येईल की 'कोल्हापूर ही एक जिंदादिल अशी अमेरिकेतील टेक्सासससारखी नगरी आहे!'

कुठल्याही शहराची पारख ही तिथल्या सामान्य माणसाचा 'वाण' कसा भावतो यावरच होते. कसा आहे कोल्हापुरी माणसाचा वाण? तर आतबाहेर एकदम मोकळाढाकळा. सतत कार्यरत, बोलका, चैतन्यशील असा. त्याचं अगत्य, आतिथ्य भरघोस. भाषा फव्वारती. थोडीशी कानडीकडं कललेली. अस्सल मावळी. भल्याभल्यांच्या तोंडीही 'आल्तो-गेल्तो' ही क्रियापदं सर्रास दिसतील. आग्रह करताना कोल्हापुरी माणूस सहज म्हणून जाईल, ''क्काय राव आजच जातो म्हन्ता? ऱ्हावा की चार रोज! जाछिला म्हनं निवांत पांडरा-तांबडा रस्सा खावून!'' शाळीग्रामासारखं आतबाहेर नितळ असतं सच्च्या कोल्हापुरी माणसाचं मन.

या मनाची जडणघडण हजारो वर्षं लाभलेल्या एका विशिष्ट प्रकारच्या चैतन्यशील संस्कारात आहे. इतर लौकिकापेक्षा 'माणसांसह माणुसकी' फार मोलाची मानतो इथला अठरापगड

■

''कलावंतनगरी कोल्हापूर!!''

■

कोल्हापूरकर. इथल्या महालक्ष्मीची तिन्ही-त्रिकाळ भावारती ऐकत त्याची जडणघडण तिच्याच तिन्ही त्रिकाळच्या करड्या दृष्टीखाली अशी निकोप झाली आहे. यामुळंच तर कोल्हापूरकराला पिढ्या न् पिढ्या कसली वाण म्हणून कधीच पडलेली नाही.

महालक्ष्मीची पावन चरणधूळ भूषण म्हणून मस्तकी धारण करणारा कोल्हापूरकर तिला 'आईच' म्हणतो व तसं मानतो.

फार पूर्वी महालक्ष्मीचं हे मूळ घुमटीवजा मंदिर उठविलं ते इ.स. १७८मध्ये चालुक्यवंशीय कर्णदेवरायानं.

सहजी मोजता येणार नाहीत अशा अगणित चमकदार, घोटीव व नक्षीदार कृष्णवर्णी शिलारशी सुघड स्तंभांत, हेमाडपंती शैलीत. या मंदिराचा जीर्णोद्धार पुढं नवव्या शतकात केला तो सातवाहन राजांनी. तेव्हापासून या स्तंभविपुल मंदिराची ख्याती सतत चौफेर पसरतच गेली. हे श्री महालक्ष्मी मंदिर हा स्थापत्यशास्त्राचा थक्क करणारा विलोभनीय असा एक नमुना आहे. नवरात्रात एका विशिष्ट दिवशी, ठराविक वेळेला येणारे सूर्यकिरण आजही देवीच्या मुखकमलावर अचूक पडतात.

पूर्वी वेदकालीन पंचगंगातिरी असलेल्या श्रीक्षेत्र करवीराचं एकदम कोल्हापूर झालं ते कसं, हे बघणं रंजक आहे.

श्रीकृष्णकाली करवीरात 'शृगाल' या नावाचा राजा राज्य करत होता. तो अतिशय क्रूर व अन्यायी होता. 'शृगाल' या संस्कृत शब्दाचा अर्थ 'कोल्हा'. तो तसाच होता. नावासारखा कोल्हासुर!

श्रीकृष्ण हा महाराष्ट्राचा जावई होता. त्याची सर्वांत प्रिय पत्नी रुक्मिणी ही विदर्भातील अमरावती जिल्ह्यातील कौडिण्यपूरची. एकदा सासरी आला असता श्रीकृष्णाला कोल्हासुराची आगळीक समजली. सुसज्ज, चतुरंग सेनेसह येऊन करवीरात श्रीकृष्णानं शृगालाला, या कोल्हासुराला वधलं. त्याच्या सिंहासनावर त्याचा पुत्र शक्रदेव याला बसविलं. श्रीकृष्णाची आठवण युगानुयुगे राहावी म्हणून नगरजनांनी श्रीकृष्णाला पंचगंगेवर निरोप देताना घोष केला, "द्वारकाधीश, कोल्हापुराधिपती श्रीकृष्ण महाराज जयतु-जयतु!" करवीरचं सर्वज्ञात कोल्हापूर झालं ते हे असं!

आणखीही एक-दोन लक्षणीय संदर्भ या नगराशी निगडित आहेत. अफजल वधानंतर छत्रपती शिवराय प्रतापगडाहून थेट पन्हाळ्यावर आले होते. परतताना ते कोल्हापुरात श्रीमहालक्ष्मीचं दर्शन घेऊन गेले होते. त्यांनी अधिकार दिलेले मुनीश्वर आजही देवीचे पुजारी आहेत.

दुसरा महत्त्वाचा संदर्भ आहे तो दिग्विजयी संन्याशी स्वामी विवेकानंद यांचा. त्यांनी आपल्या विख्यात दक्षिण परिक्रमेत या देवीचं दर्शन घेऊन तिची चरणधूळ मस्तकी घेऊन मगच कन्याकुमारीकडे प्रयाण केलं होतं. या प्रवासात रेल्वेत त्यांची लो. टिळकांशी भेटही झाली होती. पुढे लो. टिळकांनीही या देवीचं दर्शन घेतलं होतं.

स्वा. विवेकानंदांच्या या कोल्हापूरभेटीत एक मजेदार ऐतिहासिक सत्य साकारलं होतं. ज्ञानी, सिद्धपुरुषांचा आदर करणाऱ्या राजर्षी शाहू छत्रपतींनी स्वामी विवेकानंद यांना नव्या राजवाड्यावर सादर पाचारण करून त्यांचा भरजरी मानवस्त्रं देऊन गौरव केला होता. राजर्षींनी या चक्रवर्ती संन्याशाला त्याच्या रोजच्या वापरासाठी एक दणकट कोल्हापुरी चप्पल जोडही भेट दिला होता! ही कोल्हापुरी चप्पल आजही प्रसिद्ध आहे. आज तर ती थेट अमेरिकेपर्यंत पोचली आहे.

राजर्षी शाहू छत्रपती हे कोल्हापूरकरांचं परमादराचं व्यक्तिमत्त्व आहे. त्यांनीही या शहरावर, येथील अठरापगड रयतेवर पुत्रवत अपार प्रेम केलं. राजर्षींचं कोल्हापूर म्हणून आजही हे शहर सार्थपणे ओळखलं जातं.

राजर्षी शाहू हा कोल्हापूरकरांच्या बहात्तर हजार नाड्यांवर थडथडणारा श्वास आहे. एक वेळ कोल्हापूरकर त्याच्या घरच्या भाऊ, बहीण, आई-वडिलांबद्दलचा अनादरी शब्द मोठ्या मुश्किलीनं ऐकूनही घेईल; पण राजर्षी शाहूंच्याबद्दलचा अनादर कधीच ऐकून घेणार नाही. त्यामागं केवळ अंधश्रद्धा वा भाबडी व्यक्तिपूजा मुळीच नाही; आहे तो निखळ, बावन्नकशी आदरभाव.

कोल्हापूरची गादी स्थापन केली ती छत्रपती शिवरायांची पराक्रमसौदामिनी स्नुषा, छत्रपती राजाराम महाराजांची पत्नी महाराणी ताराबाई हिनं. छत्रपती शिवराय, छत्रपती शंभुराजे व छत्रपती राजाराम महाराज अशा तीन राजांची सेवा केलेल्या तळबीड ता. कराड येथील रा. रा. हंसाजी ऊर्फ हंबीरराव मोहिते या पहाडपराक्रमी सरलष्करांची ताराऊ ही विक्रमी कन्या. हिनंच मनगटशील सेनापती संताजी घोरपडे व धनाजी जाधव यांच्या बळावर औरंगजेबाचं दक्षिणेवरील आक्रमण संपविलं. त्याला मराठी भूमीतच खुलताबादेत चिरविश्राम दिला. यांतील कापशीचे संताजी तर पेठ वडगावचे धनाजा- दोघेही कोल्हापूर जिल्ह्यातील.

या ताराबाईंनी प्रारंभी कोल्हापूरचा कारभार राजधानी पन्हाळा येथून हाकला. त्यांच्या नित्यपूजेचे चरणटाक आजही पन्हाळ्यावर आहेत.

शिवरायांना काय, ताराबाईंना काय सततच्या लढाईच्या धामधुमीत लोकविकासाच्या कार्यात, इच्छा असूनही म्हणावं तसं व तितकं लक्ष नाही देता आलं. नेमकी हीच नस त्यांच्या गादीवर आलेल्या राजर्षी शाहूंनी पकडली. त्यांच्या दूरदृष्टीच्या विधायक कार्याचा वेध हा स्वतंत्र ग्रंथाचाच विषय आहे. वानोळा म्हणून मोजक्याच गोष्टींचा नुसता उल्लेखही पुरेसा आहे.

राजर्षी शाहूंनी राधानगरी येथे उठविलेलं, आजही दुरुस्तीशिवाय कार्यक्षम असं धरण हे भारतातील पहिलं धरण होय! वेठबिगारी कायद्यानं बंद करणारा भारतातील हा पहिला राजा होय! प्राथमिक शिक्षण कायद्यानं सक्तीचं करणारं कोल्हापूर हे भारतातील पहिलं संस्थान होय. कुस्तीसाठी राजर्षींनी उभारलेल्या खासबाग मैदानाच्या

तोडीचं आजही दुसरं मैदान भारतात नाही! मैदान जसं दिलं तशी जैन, मुस्लिम, लिंगायत, दैवज्ञ, सारस्वत अशी ज्ञातिनिहाय विद्यार्थी वसतिगृहंही त्यांनी उठवून दिली. म्हणून नुकतंच उत्तर प्रदेशात 'राजर्षी शाहू विश्वविद्यालय' - कानपूर येथे तेथील सरकारनं सुरू केलं आहे.

कोल्हापूर हे पाणीदार शहर आहे. इथं पंचगंगेसोबत रंकाळा, टाकाळा, पद्माळा, नागाळा असे विपुल तलाव होते. काळाच्या उदरात यातील फक्त रंकाळा हा भरघेराचा प्रशस्त तलाव काठच्या 'शालिनी पॅलेस' या राजवास्तूचं व मराठी चित्रपट स्टुडिओचं प्रतिबिंब अंगी झेलत उभा आहे.

जसा येथील नवा राजवाडा प्रेक्षणीय आहे, तसंच जुन्या वाड्यातील श्रीभवानी मंदिरही आहे. राजर्षींच्या भवानी दर्शनासाठी हे ख्यात होतं. या मंदिरात त्यांचा पूर्ण देहाकृती पुतळा आहे. या मदिरालगतच स्थापत्याचं आणखी एक कौशल्य योजलेलं 'बिनखांबी' गणेश मंदिर आहे. त्याला एकही खांब नाही! केवळ घडीव दगडावर ते उभं आहे. या दोन्ही मंदिरांसमोर कोल्हापूरची चैतन्यशील तरुणाई सतत वाहती असते तो विख्यात 'महाद्वार रोड' आहे. तसं कोल्हापूर 'देवीभक्त' हे खरंच आहे. इथं फिरंगाई, टेंबलाई अशीही दैवतं आहेत. जसं तलावांचं तसं हे चौकांचंही शहर आहे. देखणा शिवाजीराजांचा पुतळा असलेला शिवाजी चौक, नानाविध राजकीय व सामाजिक नेत्यांच्या फर्ड्या भाषणांनी दणाणून गेलेला बिंदू चौक, एके काळी म्हैसूरसारखा सोनंलुटीसाठी प्रसिद्ध असलेला दसरा चौक अशा नाना चौकांनी या शहराला घेर टाकलाय.

कोल्हापुरी माणूस जसा कलासक्त तसाच पट्टीचा खवय्याही आहे. अशी माणसं विदर्भात व मध्य प्रदेशात इंदौरातही आहेत. इथला तांबडा-पांढरा रस्ता जसा नाव मिळवून आहे, तशीच दत्त कॅफे, आसरा हॉटेल येथील झणझणीत मिसळही आहे.

इथलं आइस्क्रीमही तोंडी चव रेंगाळत ठेवणारं खासच आहे. जगात कुठंच नाही असं गंगावेस व मिरजकर तिकटीला म्हशीचं नुकतंच पिळलेल ताजं धारोष्ण दूध 'हैय्याऽऽ हैय्याऽ' म्हणत आजही गवळी देतात.

कोल्हापूरकर कमालीचा कष्टाळू आहे. मराठी रंगभूमीला पहिला फिरता रंगमंच नटवर्य प्रभाकर पणशीकरांना देणाऱ्या म्हादा मेस्त्रींसारख्या कुशल उद्योजकांनी नावारूपाला आणलेली सार्थ 'उद्यमनगरी' इथं आहे. या नगरीत साध्या खिळ्यापासून अवजड व किचकट रचनेची सुबक यंत्रं तयार होतात. कोल्हापुरी पिवळ्याधमक चवदार गुळाची मातब्बर पेठ शाहूपुरीत घमघमत असते. कोल्हापूर गूळभेल्यांच्या थप्प्यांनी सदैव घमघमत असते. कोल्हापूर जिल्ह्यातील कसबी शेतकरी शिवारात नुसता 'राबत' नाही; तो तिचा लेक होऊन सर्वोदार मातीशी बोलत असतो! इथं राधानगरीत पाच-दहा मैलांत राष्ट्रीय कृषिमहर्षी असे किताब मिळविलेले तीन तीन

शेतकरी आहेत. अनेक उपक्रम राबविणारं शिवाजी विद्यापीठ ही कोल्हापूरची शान आहे. इथं डॉ. अप्पासाहेब पवार, बॅ. पी. जी. पाटील, प्राचार्य भणगे, भोगिशयन असे विख्यात कुलगुरू ज्ञानदीप तेवता ठेवण्यात खर्ची पडलेत.

कोल्हापूर जिल्हा तर ऐतिहासिक व धार्मिक स्थळांसाठी ख्यातकीर्त आहे. छत्रपती शिवराय व शंभूराजे यांची इतिहासविख्यात शेवटची भेट झालेला किल्ले पन्हाळा येथून वीस कि.मी.वर आहे. त्याच मार्गावर शिवरूप म्हणून अनेकांच्या कुलदैवताचा मान असलेला जोतिबाचा डोंगर आहे. विशाळगड, पारगड, रांगणा, भुदरगड, याच जिल्ह्यातले. सामानगड, मिरजेचा भुईकोट लगतच आहेत. शिवरायांच्या सेनापतिपदाची धुरा समर्थपणे सांभाळलेले दोन मातब्बर सरलष्कर याच जिल्ह्यातले कापशीचे, संताजी घोरपडे व पेठवडगावचे धनाजी जाधव. साहजिकच भारतीय लष्करात कोल्हापूरचे कित्येक वीर सुपुत्र आहेत. 'सैनिकांची टाकळी' हे शिरोळ तालुक्यातील रणधीर गाव त्यासाठीच सर्वमुखी झालंय.

जैनांच्या दक्षिणेकडील गोमटेश्वराच्या भव्य मूर्तीनंतर तशी बाहुबलीची मूर्ती पाहायला मिळते ती याच जिल्ह्यात कुंभोजला. ख्रिश्चनांचं मेरी वानलेस हॉस्पिटल इथं कैक वर्षं बहुजन रुग्णांची सेवा करत कार्यरत आहे. इथं मुस्लिम बांधवांचा बाबूजमाल जसा प्रसिद्ध आहे तशी काळाइमाम तालीमही मशहूर आहे. त्रिभुवनसंचारी श्रीगुरुदत्ताचं क्षेत्र नृसिंहवाडी आपल्या लज्जतदार बासुंदीसाठी आजही गाजत आहे. उत्तरेत जसा बासमती व दिल्ली राईस तसा 'रामतीर्थ' या रमणीय धबधब्यासाठी प्रसिद्ध असलेलं आजरा गाव तेथील बारीक, सुवासिक, कणीदार 'जिरगा' तांदळासाठी सुविख्यात आहे. बेळगावला प्राध्यापक असताना हा तांदूळ चाखलेल्या पु. ल. देशपांड्यांनी आपल्या खवय्यागिरीत याचा आवर्जून निर्देश केला आहे.

महाराष्ट्राचं मँचेस्टर म्हणून ओळखलं जाणारं इचलकरंजी याच जिल्ह्यातील. गगनगिरी महाराजांचा गगनगड इथंच आहे. विख्यात शिक्षणतज्ज्ञ जे. पी. नाईक हे याच जिल्ह्यातील बहिरेवाडी (ता. आजरा) इथले होत. शाहीर पिराजीराव सरनाईक यांनी एके काळी 'मुजरा मानाचा शाहिराचा' म्हणत उभा महाराष्ट्र जागविला. शाहीर लोखंडे, कुंतीनाथ करके इथलेच. 'कुस्ती' हा तर कोल्हापूरचा ध्यास आहे. जुन्या पिढीतील भीमकाय शरीरयष्टीचे यंकाप्पा बुरुड, भरमू हळींगळी, बाळ पानारी, मल्लाप्पा तडाखे, ऑलिंपिक गाजविणारे माणगावे, खाशाबा जाधव करवीरचेच वीर मल्ल होत. हिंदकेसरी गणपत आंदळकर, श्रीपती खंचनाळे, हरिश्चंद्र बिराजदार इथलेच. महंमद हनिफ, दादू चौगुले, गणपत खेडकर, युवराज पाटील, बाळ पाटील, चंबा मुत्नाळ यांनी इथंच लाल माती रंगविली.

जसं कोल्हापूर महाराष्ट्रातील तीन शक्तिपीठांपैकी एक म्हणून मनामनांत रुजलं आहे, तसं विविध कला क्षेत्रांतील अभिजात रसरशीत कलावंतांची मांदियाळी म्हणून

तर अजर-अमर झालं आहे. सार्थ अर्थानं ते 'कलापूर' म्हणूनच सर्वदूर ओळखलं जातं. संगीताच्या क्षेत्रातील स्वरभास्कर केशवराव भोसले, पं. शंकरराव सरनाईक, भारताची स्वरसम्राज्ञी लता मंगेशकर, आशा भोसले, सुधीर फडके, सुरेश वाडकर, लक्ष्मणराव बेरळेकर, वसंत पवार, राम कदम, बाळ पळसुले, रजनी करकरे, दिनकर व अरविंद पवार, संगीतावर सुरेख भाष्य करणारे बाबूराव जोशी जडले-घडले ते कोल्हापुरातच.

चित्रपटाच्या क्षेत्रात तर फाळके पुरस्कार प्राप्त झालेले दोन दिग्गज कोल्हापूरचेच. व्ही. शांताराम व जयप्रभा स्टुडिओ सर्व प्रतिकूलतेत चालविणारे देव, देश, धर्म या श्रेयस त्रयीसाठी आपली प्रतिभा अखंड वेचणारे पू. बाबा ऊर्फ भालजी पेंढारकर इथलेच. आपल्या चित्रकलेसाठी व दर्जेदार चित्रपटांसाठी चित्रमहर्षी मानलेले बाबूराव पेंटर, इंडियन डग्लस मा. विठ्ठल, आनंदराव पेंटर, दिग्द. मा. विनायक, दिनकर, द. पाटील, दादासाहेब निंबाळकर, द. स. अंबपकर, वसंत पेंटर, आय. बारगीर, वामनराव कुलकर्णी, गोविंद कुलकर्णी, बाबा नांद्रेकर मराठी चित्रपटसृष्टी व रंगभूमीवर दमदार ठसा उमटविलेले बाबूराव पेंढारकर, रंगदार मराठी पाटील ढंगदार शैलीत सादर करणारे चंद्रकांत, शिवशंभू दर्शन घडविणारे सूर्यकांत, मराठमोळी व मध्यमवर्गीय स्त्री सारख्याच तोलदार अभिनयानं पेलणाऱ्या सुलोचनाबाई, माई पेंढारकर, पद्मा चव्हाण, उमा, माया जाधव, अरुण सरनाईक, रमेश देव, जयशंकर दानवे, राजशेखर, गुलाब मोकाशी, मधू भोसले, के. घोरपडे, भालचंद्र कुलकर्णी, दिनकर इनामदार, दिनकर अस्वले, वसंत लाटकर, विष्णूपंत जोग, बर्ची बहाद्दर, गणपत पाटील, अबू वंटमोर असे लहान थोर कलावंत कोल्हापूरचेच. बाबूराव ऐतवडेकर, रामनाथ जठार, चंद्रकांत शिंदे, चिमासाहेब घोरपडे, अप्पासाहेब जाधव असे लहानथोर पडद्यामागील कलातंत्रज्ञ या नगरीचेच.

कोल्हापुरातील प्राचार्य व प्राध्यापक डॉ. पी. जी. पाटील, महाराष्ट्रातील शेतकी महाविद्यालयाचे पहिले प्राचार्य पांडुरंग चिमणाजी पाटील, केंब्रिज विद्यापीठ गाजवलेले बॅ. बाळासाहेब खर्डेकर, राजाराम कॉलेजचे विख्यात ज्ञानपीठ पुरस्कार विजेते प्रा. व्ही. के. गोकाक, सुप्रसिद्ध इतिहासतज्ज्ञ डॉ. बाळकृष्ण, तर्कशास्त्राचे बुद्धिचतुर मराठीतील कलमकसबी साहित्यकार प्रा. ना. सी. फडके, मराठीत पहिल्या प्रथम गजल हा काव्यप्रकार आणणारे प्रा. माधव जूलियन, संस्कृतचे गाढे अभ्यासक प्रा. एम. आर. देसाई, मराठीवर हुकूमत असलेले प्रा. द. सी. पंगू व प्रा. पां. ना. कुलकर्णी, प्रा. पां. दु. संत, प्रा. कमलाकर दीक्षित, विवेकानंद शिक्षण संस्थेचे जनसामान्यांच्या शिक्षणाची आच लागलेले बापूजी साळुंखे, ताराराणी विद्यापीठाचे आद्यप्रवर्तक श्री. व्ही. टी. पाटील, सध्याचे प्रा. आबासाहेब शिंदे, पी. बी. पाटील इ. ज्ञानलोभी संस्कारानं कोल्हापुरातच पोसले, वाढले.

विज्ञान क्षेत्र गाजवणारे कोल्हापूरकर आहेत खगोलतज्ज्ञ-वैज्ञानिक डॉ. जयंत नारळीकर, भारताच्या पंतप्रधानांचे माजी विज्ञान-सल्लागार डॉ. वसंतराव गोवारीकर, भारतीय लष्कराला 'नॅट' या विमानाची तंत्रविद्या देणारे डॉ. घाटगे, जगातील सप्तसमुद्रांवर ज्याची जहाजे आजही डौलाने भ्रमण करीत असतात ते डॉ. विश्वासराव चौगुले, पुणे विद्यापीठाचे आजचे कुलगुरू डॉ. अरुण निगवेकर ही सर्व कोल्हापूरची देन आहे.

कोल्हापूरच्या आजच्या नगररचनेचे बहुतेक श्रेय ज्यांना द्यावं असे भारताचे शिक्षण सल्लागार जे. पी. नाईक हे करवीरपुत्रच. हे श्रेय काही वर्षांपूर्वी कोल्हापूर महानगरपालिकेचे आयुक्त श्रीयुत द्वारकानाथ कपूर यांनाही आहे.

'सोनेरी अलंकारांत' कोल्हापुरी साज हा जगद्विख्यात आहे. येथील सराफी कट्ट्यावर श्री. उपळेकर, श्री. कारेकर हे त्यातील विख्यात कलाकार आहेत. शूटिंगच्या आपल्या कलेने भारतविख्यात झालेले मास्टर शूटर जयसिंगराव कुसाळे, कोरियातील आपल्या सैनिकी कर्तबगारीने ज्यांना भारताच्या सरसेनापतिपदाचा दावा सहज करता आला असता असे भारताचे थोर सेनानी ले. ज. एस. पी. पी. थोरात, पोलीस खात्यात गाजलेले त्यांचे बंधू डी. आय. जी. थोरात, गाजलेले कर्नल निकम व रविकांत जाधव कोल्हापूरचेच. टेबलटेनिस या खेळात भारत गाजवलेली शैलजा साळुंखे व अलका ठाकूर येथीलच.

प्रजापरिषदेचा लढा जिद्दीने लढविणारे श्री. माधवराव बागल, वसंतराव बागल, वीर माने आणि रत्नापा कुंभार ही मंडळी कोल्हापूरचीच.

कोल्हापूरचे वृत्तपत्र क्षेत्र, फार जुने व सकस आहे. त्यात 'विजयी मराठा' कार श्रीपतराव शिंदे, लोकसेवकचे संपादक राजकवी शं. ब. भोसले, दैनिक पुढारीचे साक्षेपी संपादक श्री. ग. गो. जाधव त्यांचे सुपुत्र बाळासाहेब जाधव, दैनिक सकाळचे अनंत दीक्षित, दै. सत्यवादीचे बाळासाहेब पाटील, दै. केसरीचे गाजलेले वार्ताहर प्रभाकर कुलकर्णी, लोकसत्तेचे बी. आर. पाटील आणि दै. तरुण भारतचे श्रीपाद देशपांडे यांना सर्व कोल्हापूर ओळखते. दै. समाजकार सर्जेराव पाटील, साप्ता. कोल्हापूर समाचारचे यशवंतराव माने, गर्जनाकार पाध्ये व भाऊसाहेब सूर्यवंशी यांनी तर कोल्हापूरच्या गल्लीबोळातील नस जागती व थडथडती ठेवली!

राजर्षी शाहूमहाराजांची वैचारिक परंपरा लाभलेल्या या शहरात चौफेर सशक्त वृत्तपत्रीय वैचारिक प्रेरणा मिळाल्यावर विविध महाविद्यालयांतील जागृत शिक्षणवारसा लाभल्यामुळे राजकारण, समाजकारण या क्षेत्रांत सतत करवीरच्या सुपुत्रांची मांदियाळी दाटलेली दिसेल. त्यात खा. दाजीबा देसाई, खा. शंकरराव माने, खा. व भूतपूर्व मंत्री, कुस्तीप्रेमी, मा. उदयसिंगराव गायकवाड, भूतपूर्व मंत्री, सहकारयोगी आ. श्रीपतराव बोंद्रे. कोल्हापूरवर पुत्रवत प्रेम करणारे, सच्चे शाहूप्रेमी, निरलस साहित्यलोभी,

आ. पी. बी. साळुंखे, ॲड. खांडेकर, भूतपूर्व सहकार राज्यमंत्री प्रा.एन. डी. पाटील., आ. त्र्यं. सी. कारखानीस, आ. यशवंत एकनाथ पाटील, कोल्हापूरचे सदैव उत्साही आ. लालासाहेब यादव, राधानगरीचे आ. शंकर धोंडी पाटील, चंदगडचे आ. नरसिंग गुरुनाथ पाटील, माजी राज्यमंत्री दिग्विजय खानविलकर, आ. विक्रमसिंग घाटगे, आ. रवींद्र सबनीस, आ. गजानन भोगावक,बरीच वर्षं कोल्हापूर जि.प.चे अध्यक्ष म्हणून गाजलेले दिनकरराव यादव, गडहिंग्लजचे डॉ. घाळी व श्रीपतराव शिंदे अशी कितीतरी लहानथोर मंडळी दिसतील.

कोल्हापूरच्या गाजलेल्या महापौरांत जनहितैषी दृष्टी ठेवणारे, श्री. दिनकरराव बगाडे, तात्यासाहेब पाटणे, सखारामबापू खराडे, कसबेकर अशी जाणत्या महापौरांची दीर्घ परंपराच दिसेल. श्रीयुत बी. डी. किल्लेदार हे तर मूळचे कोल्हापूरचे असूनही चक्क पुणे शहराचे महापौर झाले होते!

जुन्या ग्रंथांचे आलोडन, आकलन करून शास्त्रार्थ समाजाला पटवून देणारे खुपेरकर शास्त्री व जेरे शास्त्री, इतिहासाचा नवा अर्थ शोधणारे पन्हाळ्याचे मु. ग. गुळवणी ही मंडळी कोल्हापूरचीच.

चित्रपट, संगीत, साहित्य, मल्लविद्या, विविध क्रिडाप्रकार यात जसे करवीरचे सुपुत्र गाजले तसेच ते गोरगरिबांचे दैनंदिन जीवनातले अस्तित्वाच्या लढ्याचे, नाळेचे प्रश्न ऐरणीवर घेण्यासाठी जीवनभर कडवी, चिवट झुंज देणाऱ्या कार्यकर्त्यांसाठीही गाजलेले आहेत. मुंबईनंतर कोल्हापूरचे हे तर खास वैशिष्ट्य आहे. त्यात श्रोते ५-१० असोत वा ५-१० हजार असोत- आपल्या कणीदार आवाजात भवानी मंडपात जीवनभर कामगारांसमोर न थकता बोलणारे कॉम्रेड संतराम पाटील, कॉ. गोविंदराव पानसरे, इचलकरंजीचे आ. कॉ. मलाहाबादे, आ. एन. डी. पाटील, जीवनराव सावंत अशी लहानथोर निष्ठावंत कार्यकर्ती मंडळी दिसतील.

चित्रकलेचा तर एक सशक्त वसाच कोल्हापूरला लाभला आहे. आबालाल रेहमानांपर्यंत तो मागे जातो. नंतरच्या काळात बाबूराव पेंटर, माधवराव बागल, बाळ गजबर, बाबुराव सडवेलकर, चंद्रकांत मांडरे, कैलासगडची स्वारी मंदिरात अजोड असं शिवशंकराचं ध्यानमग्न चित्र रेखणारे, पोस्टाच्या तिकिटावर छत्रपती शिवरायांचं चित्र पोचलेले कलायोगी जी. कांबळे, राष्ट्रीय पुरस्कार प्राप्त करणारे गणपतराव वडणगेकर, मौज दिवाळी अंकावर सतत ज्यांची चित्रे आली ते करवीर निवासिनी ताराराणीचा अवजड देखणा, दर्शनी पुतळा केवळ दोन खुरांवर उभा केलेले कल्पक शिल्पकार व चित्रकार रवींद्र मेस्त्री अशी ही करवीर-कलावंतांची सशक्त परंपरा आहे.

साहित्याचा प्रांत तर कोल्हापूरनं आपल्या शब्दब्रह्माच्या तपस्येनं केवळ भारून टाकला आहे. ज्ञानपीठ पुरस्कार विजेते वि. स. खांडेकर, ना. सी. फडके, वि. वा. हडप, माधव जूलियन, लेखिका स्नेहलता दसनूरकर, डॉ. विजया राजाध्यक्ष, प्रा.

पा. ना. कुलकर्णी, प्रा. दु. का. संत, प्रा. कमलाकर दीक्षित, प्रा. म. अ. कुलकर्णी, प्रा. अंबादस माडगूळकर, 'अंगाई' कार प्रा. चंद्रकुमार नलगे, प्रा. शरद वराडकर, शंकर खंडू पाटील, सखा कलाल, व. ह. पिटके, बाळकृष्ण प्रभुदेसाई, बाबा पाटील, रणजीत देसाई, रमेश मंत्री, आनंद यादव, बाबा कदम यांच्या प्रसिद्ध साहित्यरचना इथल्याच आहेत. श्री. जगदीश खेबुडकर, श्रीकांत नरुले यांची चित्रपटगीते उदंड गाजली.

मराठी कवितेच्या प्रांतात कवी रसगंगाधर, श्रीराम पचिंद्रे, श्रीकांत नुरुले, ना. वा. देशपांडे, कल्याण कुलकर्णी असे अनेक कवी आपल्या सकस रचना सादर करीत आहेत.

हे सर्व पाहता कोल्हापूर हे पंढरपुरासारखं 'आल्यानु संसारा' एकदा तरी आवर्जून बघावंच असं शहर ठरतं. तेही कलावंताचं कलापूर व दक्षिण काशी कोल्हापूर म्हणूनच!

■

प्रातःस्मरणीय, थोर सिद्धपुरुष व वंगसुपुत्र, परमादरणीय अरविंदबाबू घोष यांनी राजकारणाचा विचारपूर्वक त्याग करून स्वातंत्र्यपूर्व काळात पाँडिचेरीचा मार्ग धरला. तेथे दिव्य प्रकाशात सदैव निथळून गेलेल्या या विभूतीने 'दिव्यजीवन' (The Life Divine) सारख्या कालजयी साहित्याची अमोल निर्मिती केली. या पू. अरोबिंदूच्या अंतर्मनाला महाराष्ट्राच्या वैराग्यशील, पुरुषार्थी इतिहासाचे विलक्षण आकर्षण होते. महाराष्ट्राच्या इतिहासातील पताकास्थान ठरलेल्या अचूक क्षणांचे त्यांनी ज्या आध्यात्मिक उंचीवर जाऊन विकलन केले आहे, ते वाचून आपण थक्क होतो. त्यांनी 'बाजीप्रभू' हे इंग्रजी खंडकाव्य लिहिले आहे, हे फारच थोड्यांना माहीत असेल.

तसेच त्यांनी 'शिवाजी- जयसिंह' या दुसऱ्या समरप्रसंगावरही इंग्रजीतून एक अमर 'संवाद' लिहून ठेवला आहे. या प्रसंगाची थोडक्यात ऐतिहासिक पार्श्वभूमी अशी होती- दक्षिणेत स्वतंत्र 'श्री'चे राज्य उठविण्यासाठी शिवरायांनी 'मुलूख तो बडवावा की बुडवावा' असा धुमाकूळ घातला होता. हे राज्य गोरगरिबांना व देवधर्माला शपथपूर्वक बांधलेले होते. शेकडो वर्षांच्या गुलामीच्या अंधकारमय गर्तेतून दबलेल्या चैतन्याने घेतलेला शिवाजी हा आश्वासक हुंकार होता. आज ना उद्या तो स्वतंत्र राजा होणार हे स्पष्ट होते. दिल्लीकर धर्मवेड्या औरंगजेबाला हे कधीच मानवणारे नव्हते.

''छत्रपती शिवाजीमहाराज
व
मिर्झाराजे जयसिंह

त्याने मिर्झाराजा जयसिंह या पराक्रमी रजपूत सेनानीला दाबजोर सैन्य, खजिना, युद्धसामग्री, व सोबत दिलेरखान हा पठाण सेनापती देऊन शिवाजीला समूळ उखडून काढण्यासाठी महाराष्ट्रावर धाडले. महाराष्ट्रावर व शिवरायांवर आलेले हे दिल्लीचे सर्वांत प्रचंड आक्रमण होते.

मिर्झा राजाने पूर्णतः नवेच युद्धतंत्र या वेळी बाहेर काढले. त्याने शिवाजीचा मुळीच पाठलाग केला नाही. त्याची कुणबाऊ, गरीब प्रजा जाळावर व तुटीवर घातली. परिणामी रयतेच्या दुःखाला बांधलेला शिवाजी दाती तृण धरून शरण आला.

१३ जून १६६५ बुधवारी रात्री पुरंदरच्या पायथ्याशी कऱ्हा नदीच्या काठावर पसरलेल्या विराट तळावर बारा वाजता 'शिवाजी-मिर्झाराजे' हा अत्यंत अपमानास्पद तह राजांनी केला. हा 'पुरंदरचा तह' म्हणून भारताच्या इतिहासात विख्यात आहे.

या तहाने शिवाजीने तेवीस किल्ले, चाळीस लाख होनांचा मुलूख बादशहाला तोडून दिला. तो देईपर्यंत आपला एकुलता एक, कोवळा, आठ वर्षांचा पुत्र संभाजी 'ओलीस' म्हणजे जामीन ठेवण्याची भावकठीण अटही मान्य केली. बादशहाचा पुन्हा हुकूम होईल तेव्हा फौजेनिशी चाकरीला हजर होण्याचे मान्य केले! थोडक्यात 'शिवाजी शहाजी भोसले' हे नाव व 'श्रींचे' राज्य हे ध्येय स्वतःच्या हातांनी पुसून टाकण्याचे मान्य केले. या तहावर दस्तूर करताना तेजपुत्र शिवरायांना काय वाटले असेल? एक जातिवंत राजपूत आपल्या हिंदूंची स्वराज्याची कल्पना उधळून लावायला उतावीळ झालेला बघून कसल्या विचारइंगळ्या त्या मानी मनाला विव्हळ करून गेल्या असतील!

हाच माग धरून जेव्हा स्वर्गीय प्रतिभेचे अधिकारी अरविंदबाबू वेध घेतात तेव्हा आपण थक्क होतो. इथं बाबूजी प्रतिभेचा आगळाच विचार करायला लावणारा आविष्कार देऊन जातात.

हा संवाद आहे 'शिवाजी-जयसिंह' यांचा- स्वर्गातला'! सांगताहेत योगीश्रेष्ठ अरोबिंदू! काळ आहे पारतंत्र्याचा, इंग्रजी जुलमी राजवटीचा.

('मृतांच्या आत्म्यांचे संवाद' या नावाने श्री अरविंदबाबूंनी काही संवाद लिहिले. स्वर्गामध्ये या आत्म्यांचे संवाद- संभाषण चालले आहे ही मूळ अफलातून कल्पना. खऱ्या आध्यात्मिक पुरुषाची राजकारण करतानाही काय मनोबैठक असते, हे या संभाषणात स्पष्ट होत आहे. एका अर्थाने योगिराज श्री अरोबिंदूंनी केलेले हे शिवरायांचे आगळे असे दर्जेदार मूल्यमापनच आहे. एका बंगाली प्रज्ञावंत व सिद्ध पुरुषाने छत्रपती शिवरायांचे केलेले साहित्यिक व वैचारिक मूल्यमापन आहे!)

जयसिंह : राजा, आपणा दोघांपैकी कुणाच्याच कार्याचा प्रभाव मागे राहिलेला नाही. राष्ट्रामध्ये एक तिसरीच ताकद (हा संदर्भ ब्रिटिश राजसत्तेशी आहे.) मध्येच

घुसून तुझ्या कार्याची फळे चाखीत आहे. मी हृदयाशी जागविलेले आदर्श धुळीस मिळून माझ्या कार्यासंबंधी म्हणशील तर ते नष्टच झाले आहे.

शिवाजी : फळासाठी मी कधीच कार्य केले नाही; आणि आलेल्या अपयशाने मी आश्चर्यचकित किंवा निराशही झालेलो नाही राजाजी.

जयसिंह : मीही काही बक्षिसीच्या अपेक्षेने कार्य केले नाही, केले ते राजपुतांचे आदर्श उंचावण्यासाठी. अटीतटीच्या लढाईत अशरण धैर्य दाखविणे, शत्रू-मित्रांशी दिलदारीने वागणे, आपल्या पसंतीच्या धन्याशी इमानेइतबारे वागणे, हाच मला खरा भारतीय वसा वाटला. तो हिंदूंची एकता आणि वर्चस्व यांपेक्षाही अधिक चांगला व मोलाचा असा वाटला. म्हणूनच मला तुमची तहातील मैत्रीची चाचपणी स्वीकारता आली नाही. तरीही माझा मार्ग तुम्ही स्वीकारावा म्हणून मी तुम्हास संधी दिली; परंतु जेव्हा मला व तुम्हालाही दिलेला शब्द औरंगजेबाकडून पाळला गेला नाही, तेव्हा तुमच्या सुटकेसाठी मदत करून मी माझा आबही राखला.

शिवाजी : मला प्रेम आणि सहकार्य देण्यासाठी एका स्त्रीच्या हृदयात अनुकंपा निर्माण करून परमेश्वराने माझ्यावर संरक्षणाचे छत्र धरले. (टिप :- हा संदर्भ तथाकथित झेबुन्निसाच्या 'अनैतिहासिक' सहकार्याच्या संदर्भासाठी आहे. काव्यात वा साहित्यात तो क्षम्य आहे.) परंपरा बदलतात. रजपुतांच्या आदर्शाला उज्ज्वल भवितव्य होते. त्यासाठी तात्पुरते म्हणून जे होते ते लयाला जाण्यासाठी त्याचा बाह्य ढाचा बदलावयास पाहिजे होता. आपण स्वतः निवडलेल्या सार्वभौम राजाशी एकनिष्ठ असणे हे चांगले, पण आपल्या राष्ट्राने निवडलेल्या अधिपतीशी एकनिष्ठ राहणे त्याहून अधिक चांगले नाही का? ईश्वरी सामर्थ्य त्याच्या ठायी प्रकट झाल्याने बादशहाला दैवी म्हणता येईल; पण ते सामर्थ्य त्याला लोकांनी नियुक्त केल्यामुळेच लाभलेले असते. बादशहा हा राष्ट्रदेवतेचा सेवकच असतो. 'विठोबा'म्हणजे मराठ्यांचा 'विराटपुरुष', 'भवानी' म्हणजे तर मूर्तिमंत 'भारतमाताच'; त्यांच्या पाठबळावर माझी फत्ते झाली!

जयसिंह : तुमचे राजकीय ध्येय नक्कीच उच्च होते. पण ते गाठण्यासाठी ज्या साधनांचा तुम्ही अवलंब केलात ती रजपुतांच्या नैतिक दृष्टीने तिरस्करणीय होती. कपट, विश्वासघात, लूटमार, कत्तली तुम्ही तुमच्या मार्गात काही त्याज्य मानल्या नव्हत्या.

शिवाजी : माझ्यासाठी काही मी लढलो किंवा राज्य केले नाही; तर देवासाठी व महाराष्ट्र धर्मासाठी लढलो. समर्थ रामदासांनी स्वच्छ प्रतिपादलेल्या हिंदुराष्ट्रधर्मासाठी मी लढलो. मी माझे मस्तक भवानीमातेस अर्पण केले होतेच. परंतु ते मी राष्ट्राच्या कल्याणाच्या योजना आणि व्यूहरचना आखण्यासाठी राखावे, अशी तिनेच आशा केली. मी माझे राज्य समर्थ रामदासांच्या झोळीत अर्पण केलेच होते; पण त्यांनी ते

मला देवाची व मराठ्यांची ठेव म्हणून परत घ्यावयास लावले. दोन्ही आज्ञा मी शिरसावंद्य मानल्या. देवाची स्पष्ट आज्ञा झाली तेव्हाच मी हत्या केली. मी लूटमार केली कारण देवानेच मला तेच साधन असल्याचे दाखवून दिले. मी विश्वासघातकी कधीच नव्हतो; पण माझ्याकडील साधनसामग्रीची व मनुष्यबळाची कमतरता मी धूर्तपणा व राजकीय हिकमती यांनी भरून काढली. धारदार बुद्धिचातुर्याने व अक्कलहुशारीने प्रचंड फौजबळावर शेवटी विजय संपादला. युक्त्या, कारस्थाने, धूर्तपणा युद्धात आणि राजकारणात जगाने मान्य केलेला आहे. रजपुतांसारखा शत्रु-मित्रांशी शिलेदारी, उदारपणा मात्र आशियातील किंवा युरोपातील कोणत्याही राष्ट्राने कधीच मान्य केलेला नाही.

जयसिंह : मी धर्मालाच सर्वोच्च मानले आणि प्रत्यक्ष परमेश्वराचा आदेशही मला त्यापासून परावृत्त करण्यास समर्थ झाला नाही.

शिवाजी : मी तर सर्वच परमेश्वराला वाहिले होते. धर्मसुद्धा बाकी ठेवला नव्हता. त्याची इच्छा हाच माझा धर्म होता, कारण तोच माझा परमनायक आणि मी त्याचा पाईक होतो. त्याच्याशीच मी एकनिष्ठ होतो; औरंगजेबाशी नव्हे तर ज्याने मला जगात पाठविले त्या परमेश्वराशी.

जयसिंह : तो तर सर्वांनाच जगात धाडतो. परंतु वेगवेगळ्या कार्यपूर्तीसाठी आणि त्यानुसारच तो आपल्या आदर्शाला व चारित्र्याला आकार देतो. मोगलांचा पाडाव झाला म्हणून मला खेद होत नाही. सार्वभौम सत्ता टिकवण्यास ते पात्र असते तर ते ती कधीच गमावू शकले नसते. पण जरी ते पात्र राहिले नाहीत तरी मी माझी श्रद्धा, सेवा आणि एकनिष्ठा राखली. माझ्या बादशहाची इच्छा योग्य की अयोग्य हे ठरविणे हे माझे काम नव्हते. ज्या परमेश्वराने त्याला नेमले तोच त्याचा निवाडा करेल. ती माझी जबाबदारी नव्हती.

शिवाजी : जो दीर्घकालीन जुलमी सत्ता नाकारतो आणि त्याविरुद्ध बंड करतो त्या पुरुषाची नेमणूकही परमेश्वरच करतो! सत्तेचीच तळी परमेश्वर नेहमी उचलून धरतो असे नाही, तर कधीकधी गरिबांचा मुक्तिदाता म्हणूनही तो प्रकटतो.

जयसिंह : तर मग, त्याने अभिवचन दिल्याप्रमाणे तो स्वतःच अवतार घेऊन येऊ दे. तरच तुमच्या बंडखोरीचे समर्थन होऊ शकेल.

शिवाजी : पण तो कोठून खाली अवतरणार? तो तर आधीच आपल्या हृदयात वसतो आहे. हा माझा अनुभव आहे! म्हणून तर माझे जीवितकार्य पार पाडण्यास मला पुरेसे बळ मिळाले!

जयसिंह : तुमच्या कार्यावर परमेश्वराचे शिक्कामोर्तब कोठे आहे? कोठे आहे त्याचे आज्ञापत्र?

शिवाजी : पाहा, मी एक 'साम्राज्य' उलथून पाडले, ते पुन्हा म्हणून काही

उभारले गेले नाही. मी एक 'राष्ट्र' निर्माण केले आणि ते काही अद्याप नष्ट झालेले नाही. होणारही नाही!!

(संदर्भ - श्री. अरविदबाबू घोष. श्री अरविंद जनशताब्दी इंग्रजी ग्रंथमाला- खंड-३रा, पृष्ठे- ४८३ ते ४८९)

■

ज्ञानेश्वरी या मराठीचिये नगरीतील महाकाव्यमय अजर व अमर देशीकार लेण्याबद्दल किती सार्थपणे हे म्हटलं गेलंय की- 'एक तरी ओवी अनुभवावी.'

गेली सातशे वर्षं ज्ञानेश्वरी मराठी मनावर अक्षुण्ण अधिसत्ता गाजवीत आली आहे. आकाशीचा सूर्य जसा कोट्यवधी वर्षांनंतरही शिळा होत नाही, तशीच ही ज्ञानेश्वरी. ती कधी बासी-शिळी होत नाही. नेमकं काय असावं याचं कारण? कुठं असावी अशा दिव्य ग्रंथाची नस? कसं काय घडलं हे शब्दांचं अजब गारुड मराठीत? अतिशय महत्त्वाचे आहेत हे प्रश्न व विचार.

या विचार व प्रश्नांचा माग घेतानाच एक पोटप्रश्न नेहमीच माझ्या मनात तरळून गेला आहे. ज्ञानेश्वरी निर्माण झाली हे विश्वसाहित्याच्या दृष्टीनं जसं मोलाचं ठरलं, तसं ती 'मराठीतच' शब्दरूप झाली हे महत्त्वाचं आहे आणि योग्यही आहे. नुसती कल्पना करून बघावी की ज्ञानेश्वरी पंजाबी, गुजराथी, तमीळ, मल्याळी असा अनेकानेक इतर प्रादेशिक भाषांपैकी एकीत शब्दरूप झाली आहे. कितीही कल्पनाशक्ती ताणून पाहावी. 'मराठी-ज्ञानेश्वरी'सारखं तिचं रसबाळं, अलवार रुपडं काही डोळ्यांसमोर येतच नाही. म्हणूनच तर ज्ञानेश्वरी हे मराठीचं सार्थ सारस्वती सौभाग्यलेणं आहे. ज्ञानेश्वरीत गेयता, लयबद्धता, आशयसंपन्नता जेवढी आहे, तेवढीच ती ज्या शैलीदार, काव्यात्म मराठीत अवतरली आहे, तो तर अद्वितीय सुयोग आहे. मणिकांचनाला ब्रह्मकमळाचाच सुगंधही लाभावा, तसाच हा विश्वसाहित्यातील

एक तरी ओवी अनुभवावी

दुर्मीळ सुयोग आहे.

जगातील जवळजवळ सर्वच अजोड व अभिजात गद्य, पद्य काव्यग्रंथांची इतिहाससिद्ध कथा आहे की प्रथम ते 'प्रकाशित' झाले नि मग ते क्रमश: प्रसिद्ध झाले म्हणजे अधिकाधिक जनमानसाप्रत पोचले. ज्ञानेश्वरी हा जगातील असा एकमेवच ग्रंथ आहे की, जो निर्माण होत असतानाच लोकप्रिय झाला होता. नेवाशात महालया मंदिरात 'ज्ञानोबा' जनसमुहाला ओवी-ओवी सांगत होते. सत्शिष्य सच्चिदानंद ती लिहून घेत होता. ज्ञानेश्वरी अशी मौखिक कथन केल्यामुळे 'वाङ्मयही' आहे व प्रत्यक्ष लिहून झाल्यामुळे 'साहित्यही' आहे. जगातील कितीतरी दर्जेदार वाङ्मय प्रत्यक्ष लिहून न घेतल्यामुळे अदृश्यातच नष्ट झाले आहे. जन्मतःच ज्ञानेश्वरीला दुर्मिळ मौखिक लोकप्रियता लाभली.

ज्ञानेश्वरी गुजराथी भाषेतील सार्थ संकल्पनेप्रमाणे शब्दशः एक 'नवलकथा' आहे. गुजराथीत कादंबरीला 'नवलकथा' म्हणतात! मला वाटतं की इतका चपखल, अर्थवाही शब्द 'कादंबरी' या साहित्यिक आकृतिबंधाला जगातील दुसऱ्या कुठल्याच भाषेत नाही. नॉव्हेल, उपन्यास, कादंबरी हे शब्द 'कादंबरी' या साहित्यप्रकाराला अभिप्रेत आशयाच्या मानानं कितीतरी अपुरे वाटतात. नॉव्हेलमध्ये नवीनता आहे, नवलकथा नाही! नवलकथेत नवीनता तर आहेच, नवलही आहे; कथा तर आहेच आहे. 'उपन्यास'मधील 'उप' हा शब्द कथेला मर्यादित खोडा घालून थोपवून धरतो! तात्पर्य, 'ज्ञानेश्वरी' मराठीतील एक कालजयी नवलकथा आहे. कादंबरीच आहे. मराठीतील परिपूर्ण व शेकडो वर्षं जनप्रिय नवलकथा म्हणले ज्ञानेश्वरी.

माणसाला 'नवल' केव्हा वाटते? जे त्याला माहीत नाही ते सत्य प्रथमच कळल्यावर. ज्ञानेश्वरीत असं रोकड सत्य किंवा ज्ञान रसाळ शब्दलयीत शब्दशः जागोजागी भेटत जातं. वाचक अवाक होऊन एकामागोमाग एक नुसते थक्क करणारे भावधक्केच घेत जातो. ज्ञानेश्वरीत सहजस्फूर्त अवतरलेलं हे धक्कातंत्र अजब व अजोड आहे.

ज्ञानेश्वर ऐकवतात, सच्चिदानंद लिहून घेतात ''पै सूर्यबिंबासी पोटपाठी। पाहता नासेल आपुली दिठी। तेवि माझा स्वरूपी गोठी। सामान्य विशेषाची नाही।।'

सूर्यबिंबाला पोटपाठी पाहू जाणे आपलीच दृष्टी हरवणारे ठरेल! माझे स्वरूप समग्र आकळणे सर्वसामान्य कामच नाही. (हे श्रीकृष्ण अर्जुनाला सांगताहेत) आपले विधान पटवून देताना प्रतिभेचा जो थक्क करणारा आविष्कार ज्ञानदेव सहज देऊन गेलेत, तो केवळ अजोड आहे. जगातील कुठल्याही प्रकारच्या साहित्यात असं प्रत्यक्ष आकाशमणी सूर्यदेवाला पालथा करून बघण्याची (नुसती कल्पनेतलीही) भरारी कल्पना आलेली नाही! हे अतर्क्य ज्ञानेश्वरीत फक्त मराठीतच घडलं.

सूर्याला 'पोटपाठी' बघू बघणारी प्रातिभ कल्पनाशक्ती थरारक व अजोड नाही का?

असा अद्भुत सत्यप्रत्यय ज्ञानेश्वरीत जागोजागी थोपवून विचार करायला लावतो.

"तरी लोकांची धवळारे। देखोनिया मनोहारे।
असती आपुली तणारे। मोडावी केवी?"

इतरांचे वैभवी इमले बघून कुणी आपल्या झोपड्या कधी मोडून का टाकते?

या ओवीत इमले किंवा माड्या, महाल यासाठी 'धवळारे' हा केवढा थक्क करून टाकणारा अजब शब्द आला आहे! तसाच गवताळू झोपड्यांसाठी 'तणारे' यापेक्षा दुसरा अचूक शब्द असू शकतो का? कुठल्याही महाकवीला तासभर, वर्षभर व ऋतूभर चिंतन करून तरी तो सुचू शकतो काय? तणाचे आरे-तणारे म्हणजे झोपड्या. गवताळू कुट्या.

ज्ञानेश्वरीत ज्ञानेश्वर वाचकाचा हात धरून एका ओवीपाशी तर त्याला थांबवितातच. ती ओवी आहे.

"की प्रथमवयसाकाळी, लावण्याची नव्हाळी।
प्रकटे जैसी आगळी। अंगनाअंगी।।"

अर्थ आहे, तारुण्यात नुकत्याच पदार्पण केलेल्या, ऋतुस्नात नवयौवनेच्या सर्वांगावर जशी एक प्रकारची आगळीच 'नव्हाळी' प्रकटते, तशी माझी (हे अर्जुना) भाषा आहे!

तात्पर्यार्थ, श्रीकृष्ण अर्जुनाला आपल्या भाषेचा हा ज्ञानेश्वरांच्या मुखातून सार्थ परिचय देऊन जातात. कशी आहे माझी भाषा, तर अंगनाअंगी प्रकटणाऱ्या प्रथम ऋतुस्नात अंगनेच्या अंगावरील 'नव्हाळी'सारखी. जाणकारांनी हा 'नव्हाळी' शब्द ज्ञानेश्वरपूर्व ग्रंथांत शोधून बघावा. कुठेही आढळणार नाही! धवळारे, तणारे, काऊ, नव्हाळी, घनु, रसाळु असे कितीतरी नव्हाळीचे शब्द ज्ञानेश्वरांनी मराठीला सहज दिले. मराठीत ते गुणवंत बियाण्यासारखे रुजविले.

नादगंधरंग यांचे अस्सल शैलीदार प्रकटन हे रचनाकाराच्या ठायी ऊर्जेची सहज उचंबळ असल्याशिवाय कधीच होत नाही. अभिजात, कालजयी, अक्षर साहित्याचे ते व्यवच्छेदक लक्षणच आहे. ज्ञानेश्वर या आघाडीवर सर्व कवींचे शब्दशः 'दादा' आहेत. त्यांचा घनु घुणघुणाच वाजतो. वारा रुणझुणा वाहतो. पैलतीरावर काऊ कोकतो.

ज्ञानेश्वरांच्या 'अवचिता परिमळु । झुळकला अळुमाळू ।' या रचनेत जी

नादमयता आहे ती प्रत्यक्ष श्रीकृष्णाच्या वेणूतून निघालेल्या एखाद्या भूप, भैरवीच्या सुंदर स्वरबद्ध लडीसारखी नाही काय? यातील 'ळ' हे व्यंजन लडिवाळ, लडकत आलेलं नाही काय?

ज्ञानेश्वर ज्या रसाळ अधिकारानं आपल्या संपूर्ण रचनेत जो 'ऊकार' देऊन जातात तो तर जाणत्या गायकश्रेष्ठ भीमसेन जोशी किंवा प. जसराज यांच्या नकळत साधलेल्या दमसासीसारखाच नाही काय?

वेदु, काऊ, रसाळु, काढू, परिमळु, प्रकाशु अशी ही जागीच विश्वाकार घुमणारी फुगडी या झपूर्झा लयीचा नकळत प्रत्यय देणारी साजिवंत संरचना व तीही सहजस्फूर्त आहे. मनात, आत्म्यात रेंगाळत राहावी अशी नादमयता हा तर ज्ञानेश्वरीचा आत्माच आहे.

संन्याशाच्या पोराची मराठीतील अनेकानेक शब्दांचे शतकांसाठी नांदते संसार थाटून देणारी सुगरण रचना आहे ज्ञानेश्वरी!

ज्यांनी 'संन्याशाचा पोर' म्हणून तिरस्कारानं, कठोर मनी अव्हेरलं, त्यांच्याबद्दल नकळतही अनुदार उद्‌गार ज्ञानेश्वरीत येत नाही, हे नीट आकळून घेतलं पाहिजे. हा कृतक व अनृत असा ढोंगी नम्रपणा आहे काय? मुळीच नाही!

राहता राहतो प्रश्न चातुर्वर्ण्याचा! यावर मराठीत आजवर पुष्कळ चर्वितचर्वण झालं आहे. श्रीकृष्णानं कथन केलेली मूळ गीता ज्या महाभारत ग्रंथात आहे, त्या महाभारताची वाटचाल शब्दशः हजारो वर्षांची आहे. मूळ तेरा हजार श्लोकांची असलेली 'भारत सावित्री' किंवा 'हा जय नावाचा इतिहास' ही आद्य महर्षी व्यासांची संकलित काव्यमय संहिता दिवसागणिक वधारत गेली. मूळ एकच असलेली संहिता आज चांगल्या अठरा पर्वांत व एक लक्ष श्लोकांच्या अवाढव्य रूपात आपल्या हातात आहे.

प्रक्षिप्त म्हणजे शतकानुशतके घुसडलेल्या अनेकानेक परस्परविसंगत श्लोकांनी आजची मूळ एक लक्ष श्लोकांची महाभारत ही संहिता लडबडली आहे. अर्थकठीण, दुर्बोध झाली आहे.

महाकाव्य महाभारताचा सुस्पष्ट पाठकणा असलेली मूळ श्रीकृष्ण ही विभूतिरेखाच या घुसडेगिरीला सर्वाधिक बळी घालण्यात आली आहे. मूर्ती सालंकृत करण्यासाठी मंत्रगजरात पुजारी विविध पुष्पमाला एकामागोमाग एक मूर्तीवर चढवत जातात. एकाच्याही लक्षात हे येत नाही की मालेतील शोभेच्या हिरव्याकंच पर्णांबरोबर एक पुष्ट व तशीच हिरवीकंच टप्पोरी, विरूप, वळवळती अळीही मूर्तीवर चढली आहे! श्रीकृष्णाबाबतही असंच घडलं आहे. त्याच्या भाष्यकार मुखात कुणीतरी श्लोक ठेऊन दिला- 'चातुर्वर्ण्य मया सुष्टं।' 'चातुर्वणाचा मीच निर्माता आहे!'

झालं! या कृत्याच्या महान किमयागारानं किंवा त्यावर पिढ्या न् पिढ्या

समर्थन देताना 'गुणक्रमविभागशः' हा त्याच श्लोकाचा उत्तरार्ध पुढं करणाऱ्या अनेक समर्थकांनी श्रीकृष्णचरित्रातील एक प्रत्यक्ष साकारलेलं सत्य कधीच सावधपणे लक्षात घेतलेलं नाही. पिढ्या न् पिढ्या हे आंधळ्याच्या दळपासारखं चालूच आहे!

श्रीकृष्णाच्या चरित्रातील त्याच्या आठ पत्नींपैकी एक चक्क 'आदिवासीकन्या' होती! ऋक्षवान पर्वतातील आदिवासी मुखिया जांबवान याची कन्या जांबवती ही! श्रीकृष्णानं सविधी विवाहासह तिला पत्करलं होतं. कोट्यवधी द्वारकाकरांनी तिला द्वारकेच्या अष्टराण्यांपैकी म्हणून सगौरव स्वीकारलं होतं. चातुर्वर्ण्याचा मी निर्माता आहे, असं या विवाहानंतर किती तरी वर्षांनी झालेल्या महाभारतीय युद्धात अर्जुनाला केलेल्या हितोपदेशात श्रीकृष्ण कसा काय म्हणू शकेल, याचा गेल्या अनेक शतकांत कुणीही विचारच केलेला नाही! स्पष्ट नाही काय की 'चातुर्वर्ण्याचा' तो गाजविलेला श्लोकमालेबरोबर मूर्तीवर चढविण्यात आलेल्या हिरव्याकंच, टप्पोऱ्या अळीसारखाच घुसडलेला व विरूप नाही काय? श्रीकृष्णचरित्रावर यापेक्षा धडधडीत व घनघोर अन्याय दुसरा कुठला असू शकतो काय?

ज्ञानेश्वरी हे श्रीकृष्णाच्या गीतेवरचं रसाळ, प्राकृत भाष्यकाव्य आहे. ज्ञानेश्वरांनी मूळ संहितेला प्रामाणिक राहून गीतेतील प्रत्येक श्लोक नानाकळांनी फुलवून मराठी मनाप्रत पोचविला आहे. हे करताना चातुर्वर्ण्याबाबत आलेल्या त्या सर्व घुसखोर श्लोकांवरही त्यांनी तसंच प्रामाणिक व रसवंत भाष्य केलं आहे. हा त्यांचा दोष कसा?

जेव्हा प्रा. केशव मेश्राम यांच्यासारखे एरवी समतोल वृत्तीचे, कविमनाचे व विचारवंत लेखक 'ज्ञानेश्वरांचे योगीपण समजून घेऊनही त्यांची मानसिकता दूषित वाटली; सामान्यजनांचा अधिक्षेप करणारी वाटली' म्हणत ज्ञानेश्वरीतील नेमक्या याच ओव्यांचा दाखला देतात, तेव्हा त्यांचे सावध लक्ष 'श्रीकृष्ण-जांबवती' या त्या चरित्रातील स्फटिकवत सत्याकडं वेधल्याशिवाय राहवत नाही.

ज्ञानेश्वरांना जांबवती ही श्रीकृष्णपत्नी होती हे अवश्य माहिती असणार. पण ती 'आदिवासी' होती हे माहीत असण्याचं काहीच कारण नाही. नाहीतर मला विश्वास आहे की त्यांनीच अनेक थक्क करणारे दाखले देत श्रीकृष्ण चरित्रावरील चातुर्वर्ण्याचा हेत्वारोप अलवार शस्त्रक्रिया करून ज्ञानेश्वरीतच हटविला असता. 'संन्याशाचा पोर' म्हणून तर त्यांनी ते आवर्जून केलं असतं.

प्रा. मेश्राम ज्ञानेश्वरीवर दोन ठळक आरोप निवेदनाच्या ओघात करून जातात. ते लिहितात, ''ज्ञानेश्वरीत 'ब्राह्मणकौतुक' आहे. ज्ञानेश्वर गावकुसाबाहेरच्या भटक्यांची कुचेष्टापूर्वक माहिती देतात.''

प्राध्यापकांचं हे विधान जरा म्हणण्यापेक्षा 'अधिकच' अधिक आहे. भटक्यांना

व दलितांना अज्ञानाच्या व दारिद्र्याच्या गर्तेत ब्राह्मणांनी लोटलं हा अनेकांचा लाडका सिद्धान्त आहे. भारतातील असमर्थनीय व कलंक असलेल्या अस्पृश्यतेची पाळंमुळं प्राचीन आर्य, अनार्य व द्रविड यांच्या अस्तित्वाच्या अतिप्राचीन व आदिम जीवनसंघर्षात आहेत, हे ज्या दिवशी या देशातील सर्वजातीय, धर्मीय व पंथीय विचारवंताना कळेल, तो सुदिन. डॉ. बाबासाहेब आंबेडकरांना ती पाळंमुळं अभ्यास व चिंतन मननोत्तर सत्य म्हणून कितीतरी मात्रांनी कळली होती.

ज्ञानेश्वर मराठी भाषकांसाठी नुसते संतकवी नाहीत; ते जसे कादंबरीकार आहेत तसेच नाट्याचे आद्य भाष्यकार मुनिवर्य भरत कोळून प्यायलेले आद्य 'नाटककार'ही आहेत!

ज्ञानेश्वरांना प्रभावी नाटककार म्हटल्यावर तसं दचकायचं काहीच कारण नाही. ते कुशल नाटककार कसे याची सत्यता ज्ञानेश्वरीतील नाट्यमयता वानगी म्हणून उकलून पडताळता येईल.

छोट्या छोट्या एक-दोन ओळींत ज्ञानेश्वर केवढं प्रभावी 'नाट्य' रंगमंचाशिवायच डोळ्यांसमोर हुबेहूब उभं करून जातात! केव्हा केव्हा तर नुसत्या एकाकी शब्दातच हा प्रत्यय ते देऊन जातात. वाचक तेव्हा नुसता मतिसुन्न, दिङ्मूढच होऊन जातो.

ज्ञानेश्वर लिहिणाऱ्या सच्चिदानंद व ऐकणाऱ्या वैष्णवांसाठी बोलून जातात. अगदी परावाणीतच

''दर्पणी पाहता रूप न दिसे हो आपुले''

श्रीकृष्णाच्या लागवेपणानं उन्मनी झालेल्या या नेवाशाच्या महानुभावाची मनोगत कशी झाली? आरशात बघताना त्याला आपलं रुपडंच दिसेनासं झालं! त्या ठायी दिसू लागलं श्रीकृष्णाचंच रुपडं! 'मनी असे ते स्वप्नी दिसे' हे ऐऱ्यागैऱ्यांसाठी ठीक. इथं जागतेपणी आरशातही 'जे मनी ते दर्पणी!' असा प्रत्यय हा ज्येष्ठ नाटककार देऊन जातो. तुम्हाआम्हालाही मोजक्या पंक्तीत देऊन जातो.

अशी क्षणचित्रांची लोभसवाणी नाट्यंच नाट्य ज्ञानेश्वरीत पावलापावलांवर, आपली सौंदर्यरंगत कलात्मक ढंगांत प्रकटवत भेटत जातात. ही क्षणचित्रं इतकी सामर्थ्यशाली आहेत की एकदा का ती तुमच्यातील स्वसंवेद्य ज्ञानदेव गणेशाला स्पर्शून भिडून गेली की, पुढे जीवनभर केव्हाही डोळ्यांसमोर टक्ककन् उभीच राहतील.

'पाहुणे येणार' याचा सांगावा देणारा 'कोकणारा काऊ' असाच नाही काय? पाण्यात आस्ते आस्ते विरघळत जाणारी बाहली 'लवणाची मासोळी' या क्षणचित्रात अशी उभी राहत नाही काय?

मूळ गीतेत युद्धासाठी कोण कोण जमलेत याचं वर्णन आहे. 'अश्वत्थामा,

विकर्णश्च’ अशा नुसत्या नामोल्लेखात श्लोकार्धात मूळ गीतेत ‘अश्वत्थाम्याचा’ संदर्भ आला आहे. प्रज्ञाश्रीमंत ज्ञानेश्वरांनी अश्वत्थाम्याच्या व्यक्तिरेखेला गगनव्यापी परिमाण देणारं एकच विशेषणसदृश संबोधन वापरलं आहे ते लिहून गेलेत-

‘तो अश्वत्थामा पाहे पैलतीर!’

‘पैलतीर’ या ज्ञानेश्वरांच्या एकाच शब्दावर रात्रंदिन चिंतन करून मला ‘मृत्युंजय’मधील अश्वत्थामा शब्दरूप करता आला! अनेक भाषांतील वाचकांना अश्वत्थाम्याचं ते तत्त्वचिंतकाचं, एका दार्शनिकाचं अन्वयार्थक आकलन भावलं व रुचलं आहे.

ज्ञानेश्वरांच्या ठायीचा जबरा नाटककार यासाठीच मी म्हणतो ज्ञानेश्वरीत खट्याळ मुलाच्या दुडक्या चालीत भेटत जातो. हे बालकसुद्धा प्राकृतिक बहुरूप्याच्या पोरासारखं मऱ्हाटमोळ्या रुपड्यातच भेटतं, हे विशेष.

आजचं भवतीचं समग्र जीवनच मानवी मनाची पुनःपुन्हा चव घालविणारं कमालीचं प्रदूषित झालं आहे. इथं उठल्या उठल्या चहाच्या कपाबरोबर दैनंदिन वृत्तपत्रावर दृष्टिक्षेप टाकला तरी खून, दरोडे, बलात्कार, अपघात, अर्थघोटाळे, भ्रष्टाचार, अन्याय, जुलूम व घनघोर अंधकाराशिवाय काही तरी भेटतं का? अशा वेळी थोडा शांत मनी विचार कला तर स्पष्ट स्पर्शून जाईल की कवींद्र रवींद्रनाथ टागोरांची ‘एकला चलो रे’ आणि ज्ञानेश्वरांची पसायदानी आर्त प्रार्थनाच मानवाला धीर, दिलासा देणारी ठरत नाहीत काय?

विश्वव्यापी विशालकाय अंधकाराचा उदरच्छेद करण्याचं सामर्थ्य तळहाताएवढ्या संथ तेवत्या ठावक्यात असतं. ज्ञानेश्वरी तर अकार चरणयुगुल, उकार उदरविशाल, मकार महामंडळ असा केवढातरी भव्य असा अखंड तेवणारा प्रणवाचा प्रचंड ज्ञानदीप आहे!

अज्ञानामुळे वर्षानुवर्षं सत्यापासून शेकडो प्रकाशवर्षं दूर भटकणाऱ्या भ्रांत मानवी जाणिवेला क्षणात सत्याच्या झणझणीत प्रकाशात आणण्याचं प्रचंड सामर्थ्य ज्ञानेश्वरीच्या ओवी ओवीत ठासून भरलं आहे. शब्दशः अर्थानं ती ‘भावार्थदीपिका’च आहे.

‘बहिष्कृत भारताची बोधवाक्यं’ म्हणून प्रत्यक्ष डॉ. बाबासाहेब आंबेडकरांनी ज्ञानेश्वरीतील ओव्यांची मशाल समोर धरली होती की-

> “आता कोदंड घेऊन हाती। आरूढ पां इथे रथी ।
> देई आलिंगन वीरवृत्ती । समाधाने ।।
> जग कीर्ती रूढवी । स्वधर्माचा भानु वाढवी ।
> ह्या भारापासुनी सोडवी । मेदिनी हे ।।

आता पार्था निःशंकु होई । ह्या संग्रामा चित्त देई ।
येथ हे वाचोनी काही । बोलो नये!!'

डॉ. आंबेडकरांसारख्या खंदक पुरोगामी, प्रज्ञाशील आणि सखोल विधिज्ञाला ज्ञानेश्वरांच्या ओव्या जीवनादर्श म्हणून सामोऱ्या ठेवाव्याशा वाटल्या, यावर अन्य भाष्याची काहीतरी गरज आहे काय?

सध्या समाजात विघटनाची जी झपाट्याची गती आहे ती पाहताना ज्ञानेश्वरांची एक अर्थकठोर ओवी पटकन डोळ्यांसमोर तरळून जाते–

जैसे काष्ठ काष्ठ मथिजे। तेथ वन्हि एक उपजे ।
तेणे काष्ठजात जाळिजे। प्रज्वळलेनी ॥

यावर तर स्पष्टीकरणाची गरजच नाही. ज्ञानेश्वरी सातशे वर्षं झाली तरी जुनावत नाही ते का, याचा रोकडा दाखला अशा अनेक अर्थश्रीमंत ओव्यांत आहे.

औषधी वनस्पती सेवताना विषवत कडू असते. परिणामी ती ठरते मात्र अमृतगुणी, असं व्यवहारातील रोजचं उदाहरण ज्ञानेश्वर आपल्या रचनेत किती सहजपणे देऊन गेलेत. ते लिहितात– 'की औषधाचिया कडवटपणी । जैसी अमृताची पुरवणी । ते आहाच न दिसे परी गुणी । प्रकट होय ॥'

पाण्यावर उठणारे तरंग तसे रोज लाखो जन बघत असतात. मात्र त्यांना बघून जीवनतत्त्वाचा शोधबोध किती जणांना होतो? त्यासाठी कोवळा आणि सरळु बोल बोलणारे निकोप असे ज्ञानेश्वरांसारखे बालयोगी मनच पाहिजे. ज्ञानेश्वर केवळ खिळवून ठेवणारी रचना करतात–

"जैसे पवने तोय हालविले । आणि तरंगाकार जाहले ।
तरी कव्या कें जन्मले । म्हणो ये एथ?
तेवि वायुचे स्फुरण ठेले । आणि उदक सपाट जाहले ।
तरी आता काय निमाले । विचारी पां ॥"
किती रोजचे, किती कळायला सहज सोपे आहे हे!

वाऱ्याने पाणी हालले– नि तरंग उठले. हे चैतन्य कोठून आले? इथे कोण जन्मले? तसेच वारा थांबला. पाणी निश्चल, सपाट झाले. इथे कोण नाहीसे झाले–निमाले? विचार करण्यासारखा नाही काय हा चमत्कार?

खरंच तो चमत्कार तरी आहे काय? ते एक रोज प्रत्ययाला येणारं रोकडं सत्य नाही काय?

असं म्हटलं जातं की कालिदासाच्या शाकुंतलातील 'ती स्त्री धन्य होय जिच्या अंगावरील वस्त्र बालकाच्या पायधुळीनं मलिन होतं.' अशा अर्थपूर्ण रचनेतील मातृत्वाचा गौरव वाचून जर्मन प्रतिभासंपन्न कविश्रेष्ठ गटे थरारून गेला. शाकुंतल उचलून ते डोक्यावर घेत तो थय थय नाचला म्हणे.

गटेनं ज्ञानोबांच्या वरील ओव्या वाचल्या असत्या तर? जर्मनीहून धावत येत पंढरीच्या वाळवंटातही तो तसाच नाचला असता!

ज्ञानेश्वरीत तरल जीवनार्थांची पखरण जागोजाग आहे. तीही कोवळिकीच्या व नव्हाळीच्या खास ज्ञानेश्वरी बोलीत अवतरली आहे. आपली अर्थाला तरल असलेली भावार्थदीपिका मनाला तशीच कोवळिक आणून परिसावी अशी विनंती ज्ञानदेव प्रारंभीच नम्रपणे करतात. म्हणतात-

"जैसे शरदाचिये चंद्रकळे ।
माजी अमृतकण कोवळे ।।
ते वेचिती मने मवाळे । चकोरतलगे ।।"

या रचनेत ज्ञानेश्वरांनी उच्चारलेला 'चकोरतलगे' हा शब्द सौंदर्यानं कसा अंगभर लसलसला आहे. 'चकोरतलग' म्हणजे चकोराचं पिलू! पूर्ण विकसित चकोर पक्षी नव्हे!

ज्ञानेश्वरीतील ओवी-ओवीत अवतरलेल्या शब्दाशब्दांत अशा छुपलेल्या नाना सूक्ष्म अर्थकळा आहेत. उगवतीच्या सूर्यबिंबासारख्या त्या उमलत गेल्या की ज्ञानेश्वरीच्या अर्थदीप्तीची नजाकत आपोआप दशगुणित होत जाते.

ज्ञानेश्वरीत उतरलेली कृषिजीवनातील दृष्टान्तप्रतिके हा तर स्वतंत्र लेखाचा विषय आहे. पशु-पक्षी आणि शेतीजीवनाशी निगडित दाखले ज्ञानेश्वर आपल्या ज्ञानदीपिकेत लीलया पेरत जातात. ते म्हणतात-

"जैसी सर्वथा बीजे आहाळली ।
ती सुक्षेत्री जऱ्ही पेरली ।
तरी न विरुढती सिंचला । आवडतैसा ।"

बियाणं एकदा का गणंग झालं- आहाळलं मग ते कितीही सुपीक जमिनीत पेरलं आणि मनाजोगं सिंचलं तरी ते रुजणार कसं?

ज्ञानेश्वरी हे मूळ गीतेवरचं काव्यात्म भाष्य हे तर खरंच; मात्र हे मूळ गीतातत्त्वच नित्यनूतन आहे असं सांगताना ज्ञानेश्वर म्हणतात-

"येथ हर म्हणे नेणिजे ।
देवी जैसे का स्वरूप तुझे ।
तसे हे नित्य नूतन देखिजे । गीतातत्त्व ।"

गीतेच्या नित्यनूतनत्वाचा असा प्रारंभीच विश्वास दिल्यानंतर ज्ञानेश्वरीला आपल्या काळातील सुप्रतिष्ठित संबोधन वापरून 'काव्य रावो' म्हणतात तेव्हा माझ्या मनासमोर एक मजेदार क्षणचित्र तरळून जातं. ज्ञानेश्वर आपल्या नामदेव, चोखोबा अशा वैष्णव आप्तांच्या गावी घरी कधी तरी गेले असतीलच. अशा वेळी ओसरीवर बैठकीचं कांबळं अंथरून त्यांचं मनभर स्वागत करून त्यांना कुणीतरी प्रेमभावना म्हटलं नसेल का की "रावांनी नित्रास बसावं. गूळ-शेंगांचा प्रसाद आपलासा करावा."

म्हणूनच ज्ञानेश्वरांची "म्हणोनि हा काव्यरावो । ग्रंथगुरुवृत्तीचा ठावो । एथुनि रसा झाला आवो । रसाळपणाचा ।"

ही ओवी मला ज्ञानेश्वरांतील आपेगावकर कुलकर्णीपणाचं घरंदाज क्षणदर्शन देऊन जाते. या ओवीतील 'आवो' हा शब्द पाऱ्यासारखा कमालीचा सुळसुळीत आहे! तो निसटणार नाही याची दक्षता घेऊन आपल्या कल्पनाशक्तीच्या चिमटीत घट्ट पकडून उलथा-पालथा घालून नीट पारखावा. आवो म्हणजे आवक-प्रवेश! रसाचा रसाळपणात गीतेपासून प्रवेश झाला असा या सर्वांचा अर्थ! ज्ञानेश्वरांनी गीतातत्त्व दिवसभर सांगून-सांगून संध्याकाळी दमणूक झाल्यावर जांभई देत काही शब्द उच्चारले असावेत! ते आले लडबडत तरीही येताना त्यांनी अर्थाची कबड्डी खेळणं काही सोडलेलं नाही! दमसास टिकवत सफाईनं मध्यरेषा गाठली आहे. हा 'आवो' त्या जातीचा वाकुल्या दाखविणारा मोठा लोभस शब्द आहे! लोभस तसाच लबाडही. 'आवो' हा व्याकरणाची पार मोडतोड करून, घुसखोरी करून ज्ञानेश्वरीत अवतरलेला शब्द आहे. तिथं तो चांगला सुप्रतिष्ठितही झाला आहे. हा 'आवो' शब्द अन्यत्र कुठं सापडतो का, याचा धांडोळा घेण्याचा यत्न चिकित्सकानं अवश्य करून बघावा. अत्यंत मधुर शिऱ्यात चुकून एखादा मिठाचा कण पडलेला असतो. भवती अंगभर रवा लपेटून बसलेला असतो. खाल्ल्यावरच तो उमगून येतो की हा चक्क मिठाचा खडा आहे. पण त्याची त्या वेळची गोडी केवळ अवीटच असते. ज्ञानेश्वरीतील रसाला 'आवो' देणारा, ढंगदार शब्दगारूड उभं करणारा हा शब्दही तसाच अवीट नाही का? उगाच चाळा म्हणून तो शब्द

तेथून बलात उचलून हटवून त्या जागी ज्ञानेश्वरीतीलच अन्य शब्द ठेवण्याचा यत्न करून बघावा. उभी संपूर्ण ज्ञानेश्वरी अंगभर थरथराट करून घुसखोर नवा शब्द नकारानं चक्क बाहेर फेकूनच देत आहे, असा प्रत्यय येईल! प्रतिभेचा स्वर्गीय आविष्कार म्हणतात तो अशाच निर्विवाद रचनेला.

जसं ज्ञानेश्वरीत हे मूळ गीतोपदेश देणाऱ्या त्या गोकूळच्या राजाच्या इच्छेनंच घडलं आहे, तसंच समर्थ रामदासांच्या अक्षर ठरलेल्या ग्रंथ दासबोधातही एके ठिकाणी घडलंय. शिवाजीराजांचं नेटकं, बंदिस्त व चपखल वर्णन करणाऱ्या समर्थांनी निश्चयाचा महामेरू बहुतजनांसी आधारू । अखंडस्थितीचा निर्धारू । श्रीमंतयोगी ।। असे रामबाण शब्द योजले. अशा राजाचा विशेष गुण सांगितला तो 'सावधपणेसी केले राजकारण' अशा अनेक ठिकाणी उपयोजलेल्या शब्दात 'सावधपणा' हाच.

स्वतः मनाचे श्लोक मांडताना समर्थ चक्क लिहून गेलेत- 'अचपळ मन माझे, नावरे आवरिता । तुजविण शिण झाला । धाव रे धाव आता ।।' इथं समर्थांना खरं तर अभिप्रेत आहे चपळ किंवा चंचल मन. मन हे चपळ व चंचलच असतं. ते आवरता आवरत नाही ही समर्थांच्या रांगड्या कविमनाची तक्रार आहे. म्हणून तर ते रघुरायाला त्यासाठी मदतीला ये असं हाकारत आहेत.

इथंही गंमतच झालीय. गेली तीनशे वर्षं मराठी मनानं समर्थांचं हे 'अचपळ मन' 'चपळमन' अशाच नेमक्या अर्थानं स्वीकारलं आहे!!

इथंही साहित्यातील ते एक अलिखित शाश्वत सिद्धान्तसत्य सदैव ध्यानी ठेवलं पाहिजे का, शब्दाला जसा विशेष असा एक ठरीव अर्थ असतो, तसाच तो कुणी उच्चारलाय वा लिहिलाय यालाही सधन अर्थ प्राप्त होतो. ज्ञानेश्वर किंवा समर्थांसारखे महानुभाव संत महाकवी शब्दाला त्यांना हवं तसं बोलायला लावतात. 'रूप पाहता लोचनी । सुख झाले हो साजणी ।' हा अभंग संत ज्ञानेश्वरांचाच आहे. आजही मराठी मुलूखात घरोघरी आळविला जाणारा अभंगही पडताळून बघावा. यात आलेले 'साजणी' हे संबोधन कसं आहे? तुकोबांनी ज्ञानेश्वरांच्या 'माये'सारखं स्त्रीलिंगी संबोधन आपल्या अन्य अभंगांच्या रचनेत केलंय का? थोडा प्रश्न उठवून बघावा.

'साहित्य' मग ते कोणतंही असो, रचनाकाराचा अचूक मनोवेध घ्यायचा असेल तर, तर असे मूलभूत व सत्य आणि सत्त्वशोधक प्रश्न उठवूनच आस्वादलं तरच काही तरी जाणीवपोषक असं रसमय हाताशी लागतं. 'साहित्य' म्हणजे नुसती निरर्थक शब्दांची चवड रचणं नव्हे! साहित्य आस्वादणं म्हणजे नुसतं शब्द चिवडणं नव्हे! मोतीकंठ्यातील प्रत्येक मोत्यात 'राम' आहे का, हे तो मोती दातळून बघणाऱ्या हनुमंताचं मन व तशी दृष्टी त्यासाठी आवश्यक नाही काय?

ज्ञानेश्वरी अशा दृष्टीनं आस्वादत जायचा एक अक्षर काव्यग्रंथ आहे. नामदेवांनी संतश्रेष्ठ ज्ञानेश्वरांचे वंदनीय गुरुदेव, ज्येष्ठ बंधुवर्य निवृत्तिनाथांच्या मनोगतीचं किती मोजक्या शब्दांत व किती भावस्पर्शी अचूक वर्णन केलं आहे. ते लिहितात, ज्ञानेश्वरांच्या सहवासात निवृत्तिनाथांची स्थिती कशी झाली? तर 'संकोचला संसार। पारुषला व्यवहार।' ज्ञानेश्वरांची देखभाल करताना निवृत्तिनाथांचा संसार संकोचून गेला. नाहीसाच झाला. व्यवहार पारुषला. व्यवहार पारोसा झाला. 'पारोसा'साठी पारुषला हा केवढा समर्थ अनुभूती देणारा शब्द नामदेवांनी योजला!

ज्ञानोबांपासून तुकोबांपर्यंत हे शब्दाला हवं तसं बोलतं करण्याचं अजब सामर्थ्य या संतकवीत ठायी ठायी आढळतं. ठार ज्ञानवंचित चोखोबा वाकड्या उसाला 'डोंगा' म्हणून जातात. तेव्हा अष्टवक्र उसाचं कांडही किती सरळपणे हुबेहूब डोळ्यांसमोर वर्णी लावून जातं!

ज्ञानेश्वरी तर अर्थश्रीमंत ओव्यांच्या इक्षुदंडांचं शिवारच आहे. कुठल्याही मार्गानं अध्यायात शिरावं, कुठलाही इक्षुदंड मोडावा, कुठल्याही पेरापासून दात लावावा, अर्थमधुर रस अमृतासारखाच आस्वादावा. 'व्वा' असा धन्योद्‌गारच आपोआप मुखातून प्रस्फुटेल.

'आता विश्वात्मके देवे' या पसायदानाच्या ओव्यांत तर भारतीय संगीताची जीवनभैरवी चढत्या भाजणीत उभी करण्याचं केवढं भव्य सामर्थ्य आहे. जगातल्या अन्य कुठल्याच भाषेत अशी निकोप, निरामय प्रार्थना नाही.

पसायदानी ओव्यांत तर आजच्या लोकशाहीप्रणीत जीवनात जीवनादर्श मानलेल्या लोकसभेच्या बैठकीसारखाच जो तो शब्द जिथल्या तिथं योग्य जागी स्थानापन्न होऊन बसलाय! इथं खळांची 'व्यंकटी' व ईश्वरनिष्ठांची 'मांदियाळी'च आहे. उलटं नाही होऊ दिलेलं! जो जे 'वांछील' तो ते 'लाहो' असंच आहे. 'इच्छिल' तो ते 'लाभो' असं नाही. इच्छिणे व वांछिणे यात सूक्ष्म फरक आहे. इच्छिणे म्हणजे हवे असणे- वांछिणे म्हणजे मनापासून हवे असणे. पसायदानात जगन्माउली ज्ञानेश्वर जगकल्याणाचं दान मागताना अत्यंत तरल व चकोराच्या पिल्लाहूनही लडिवाळ भावुक झाले आहेत. 'येणे वरो ज्ञानदेवो 'सुखिया' झाला' म्हणताना सुखाचा परमोच्च अनुभव साक्षात घेतल्याची पावतीच ज्ञानेश्वर देतात. सुखाच्या आनंदडोहात अंगभर निथळूनच शब्द आलाय. सुखिया! म्हणूनच ज्ञानेश्वरीबद्दल सार्थपणे म्हटलं जातंय- 'एक तरी ओवी अनुभवावी.'

■

महाकवी, संतश्रेष्ठ ज्ञानेश्वर हे सर्वोच्च अनुभूती, तिच्यानुसार सहज प्रकटलेले शब्द, त्यांची तरल नादमयता आणि या सर्वांहून अधिक आशयश्रीमंती या अर्थांनी विश्वसाहित्यातील एक महदाश्चर्य आहे. तुमच्या आमच्या मराठीतच ते घडले, हे अहोभाग्य आहे.

ज्ञानेश्वरीचे अखिल विश्वातील सर्व भाषाभगिनींत सार्थ अनुवाद व्हायला हवेत हे तर खरंच. ते शब्दशः 'सार्थही' होऊ शकेल; पण मराठीची म्हणून ज्ञानेश्वरीला लाभलेली जी एक जन्मजात 'नव्हाळी' आहे, ती जगातील अन्य कोणत्याही भाषेत आणायची ती कशी? कल्पना करा 'पसायदान'च साहेबांच्या विश्वविजयी आंग्ल भाषेत आणायचं आहे- कसं आणणार? त्यातील 'खळांची व्यंकटी' आणि 'ईश्वरनिष्ठांची मांदियाळी' या मूलभूत मऱ्हाटमोळं अंगडंटोपडं लेवून उपजलेल्या अभिजात संकल्पना इंग्रजी चिमटीत अचूक पकडता येतात काय?

ज्ञानेश्वरीतील ओवी-ओवीमधला शब्द न् शब्द आपली चपखल जागा घेऊन मोठ्या दिमाखात जिथं तिथं बसला आहे. थोडा यत्न करून बघावा या शब्दांची अदलाबदल करण्याचा. नमुना म्हणून 'खळांची मांदियाळी' आणि 'ईश्वरनिष्ठांची व्यंकटी' करून बघावं! उभीच्या उभी ज्ञानेश्वरीच अंगभर थरारत आहे, घुसडलेला, फिरवलेला शब्द निकरानं अंगाबाहेर चक्क फेकून देत आहे, असाच प्रत्यय येत नाही काय? आधुनिक विज्ञानाप्रमाणं मांडीतील शीर कापून हृदयाला जोडली, डोकीचे मागील केस काढून टकलावर समूळ

'विश्वाचे आर्त माझ्या मनी प्रकाशले!'

रोपले, असं काही ज्ञानेश्वरीबाबत कुठंच करता येत नाही. ज्ञानेश्वरी हा यासाठीच मराठीतील एक आखबंद मिठाईचा पुडा आहे! कुठंच 'डोंगा' नसलेला, पेरापेरात अर्थ व भावशर्करा भरलेला उसाचा रससंपन्न दंड आहे तो!

ज्ञानेश्वरांच्या अनुभूती श्रीमंत मनाला थेट भिडण्याचा मराठी ज्ञानेश्वरीला भावार्थदीपिका याशिवाय अन्य राजमार्ग खरंच अन्य नाही.

स्वामी विवेकानंदांनी एके ठिकाणी 'जिव्हा तितक्या चवी' हा विचार पटवण्यासाठी एक सुरेख दाखला दिला आहे. ते म्हणतात, "सदैव बर्फाच्या घेरात व घरात राहणाऱ्या 'एस्किमोला' कितीही पटवून दिली तरी भारतीय रत्नागिरी हापूस आंब्याची चव कधीच कळणार नाही. ती पटण्यासाठी त्याला एकच सांगावं लागेल. 'भारतीय आंबा फार चवदार आहे, अगदी तू रोज खातोस त्या 'सील' माशासारखा!' आता मात्र तो लागलीच जिभेवर रत्नागिरीचा हापूस आंबा असल्यासारखाच मान्यतेची प्रसन्न मान डोलावील.

ज्ञानेश्वरी सूक्ष्मार्थासह स्पर्शायला मऱ्हाटमोळं मनच पाहिजे. म्हणूनच तर अनेकांनी 'धन्य मऱ्हाटदेशी जन्म' असं म्हटलंय. ज्ञानेश्वर आपल्या संपूर्ण रचनेत शब्दब्रह्माशी दुडक्या चालीनं रंगतदार लपंडाव खेळत गेले आहेत. या लपंडावाची कधी आंधळीकोशिंबिर होते, कधी हुतुतू होतो, तर कधी चक्क 'खो खो'होतो! या अर्थानं ज्ञानेश्वर भाषेचे थोर खेळगडी खरेच.

काही काही शब्दांना ज्ञानेश्वर ज्येष्ठ होऊन बोटाला धरून चक्क चालविताना दिसतात. तसे करताना त्या सिद्ध संतश्रेष्ठाची स्वतःची चाल लडिवाळ, दुडकी झालेली असते. फुलपाखरांच्या पंखांना जपावं तसं ज्ञानेश्वर काही शब्दांचं तलम नाजूकपण अपार जपतात. मोठी गंमत वाटते असे शब्द अनुभवताना. मग खरंच ज्ञानेश्वरी 'अमृतानुभव' होऊन जाते. काऊ, कान्हु, रसाळु, माये, पंढरीराऊ असे कित्येक तान्हुले शब्द ज्ञानेश्वरीत ठायी ठायी भेटत जातात. क्षणैक थांबून ते वाकुल्या दाखवितात. दुसऱ्याच क्षणाला दुडदुडत दूरही निघून जातात!

ज्ञानेश्वरीत भेटणारा 'ऊकार' मोठा नादमय आणि कवी केशवसुतांच्या 'झपूर्झा'च्या लयीचा गोल, गिर्रेबाज अनुभव देणारा आहे. प्रकाशु, आत्मारामु, घनु, परिमळू, निःशंकु, विठू, राऊ, कृपणु अशा असंख्यात लयबद्ध ऊकारांती शब्दांची भावार्थदीपिकेत अगदी नादमय रेलचेल आहे. तिची गती मऱ्हाटमोळ्या फुगडीची, जागीच गोल गोल फिरणारी आहे. त्यातही त्यांनी स्वतःला उद्देशून सांगितलेला 'निवृत्तिदासु' हा शब्द तर झपूर्झाचीच नेमकी सय करून देणारा नाही काय? या शब्दांत दोन प्रबळ योगी पुरुषश्रेष्ठांना चित्रवत साक्षात उभं करण्याचं केवढं सामर्थ्य आहे. हे दोन योगी कोण? तर भावंडांच्या दायित्वामुळं कमीत कमी बोलणारे, गहनिनाथशिष्य निवृत्तिनाथ व दुसरे स्वतः, पैसाच्या नेवाशातील खांबाला किंचित विसंबून, पुढं शिष्य झालेल्या

सच्चिदानंदांना आपल्या अजोड अमृतानुभवाचं रसाळ निरूपण करणारे ज्ञानदेव.

'निवृत्तीदासु' या विनम्र संबोधनालाही अर्थाचे अनेक पैलू आहेत. या शब्दात गुरू-शिष्यांचं, ज्येष्ठ-धाकल्याचं एकत्रच दर्शन देण्याचं केवढं गारुड आहे! हे दर्शनही केव्हाचं? तर आळंदीला संजीवन समाधी घेण्यासाठी ज्ञानदेव विवरात उतरायला निघालेत, दोन्ही भावांचं दृढ आलिंगन झालं आहे. ज्या मूलाधारचक्राच्या सततच्या जागृतीमुळं ज्ञानदेव योगयोगेश्वर झालेत, त्याला तोलून धरणाऱ्या त्यांच्या पाठपन्हाळीत ज्येष्ठाचे मूक, अनावर अश्रू सरासर उतरून त्याला निःशब्द, मूकच आशीर्वाद देऊन विरलेत. थरथरत्या हाती ज्ञानाचा हात धरून निवृत्तिनाथांनी, गरत्या स्त्रीनं कोजागरीचा द्रोणदीप इंद्रायणीत अलवार सोडावा, तसं ज्ञानाला विवराच्या प्रथम पायरीवर अल्लाद सोडलं आहे. जमल्या ज्ञानभक्त वैष्णव कुणबाव्यांनी पुढं होत विवराच्या चिंचोळ्या मुखावर पाषाणशिळा बसवून ती वारुळाच्या चिवर चिकणमातीनं अखेरची लिंपलेली आहे. आता ज्ञाना जनांपासून कायमचा विलगला.

किती किती गीता-ज्ञानेश्वरी निवृत्तिनाथांच्या डोळ्यांतून या क्षणी अरोध सरसरणाऱ्या आत्मरसातून वाहून गेल्या असतील! ज्ञानदेवांची ज्ञानेश्वरी अर्थाबरहुकूम समजून घेणं तसं सोपं नाही. तसंच स्वतःला 'निवृत्तीदासु' म्हणवून घेणाऱ्या ज्ञानेश्वरांच्या हृदयाकाशातील गुरुदेव निवृत्तिनाथाबद्दलचं गगनव्यापी 'आर्त' समजायलाही अवघड आहे.

ज्ञानदेवांनी आपला ठोस अमृतानुभव एका प्रबळ व अर्थश्रीमंत सखोल ओवीत निर्विवाद निरूपण केला आहे. ती रचना कुणालाही जागीच खिळवून, समग्र जीवनाचाच विचार करायला लावणारी आहे.

ज्ञानेश्वर सार्थपणे म्हणून गेलेत-

"विश्वाचे 'आर्त' माझ्या मनी 'प्रकाशले' ।
अवघेची झाले देह 'ब्रह्म' ॥"

या रचनेतील ' आर्त' शब्दाला केवढी आशयगहनता लाभली आहे! 'आर्त' म्हणजे दुःख-करुणा. नुसती करुणा, नुसते दुःख काय? नाही! ते 'प्रकाशणारे दुःख' आहे. तेजाळ करुणा आहे ती! 'आर्त' हा उत्तरध्रुवाच्या टोकावरचा शब्द तर 'प्रकाशले' हा दक्षिणध्रुवाच्या टोकावरचा शब्द दोन्ही एकत्र यावेत ते कसे? दुःख मग ते शारीरिक, मानसिक, बौद्धिक वा आत्मिक असो- ते प्रकाशणार कसे? दुःख स्वभावधर्माप्रमाणे स्वतः अंधारून येणार. ते स्वभावधर्माप्रमाणे आक्रोशणार. ज्याच्या वाट्याला येणार त्याला तर ते अंधारूनच टाकणार.

आणि- आणि हे तर एकल्या ज्ञानाचे नव्हे, त्याच्या भावंडांचे नव्हे, त्याला सांभाळणाऱ्या अठरापगड मऱ्हाटमोळ्या समाजाचे नव्हे, तर साक्षात 'विश्वाचे आर्त'

आहे! हे आर्त माझ्या मनी प्रकाशले असे, विठू पाहून पावन झालेला ज्ञाना सार्थ गगनव्यापी अभिमानानं म्हणतो आहे. केवढे अर्थव्यापी जाळे आहे 'विश्वाचे आर्त' या एकाच जोड शब्दात!

ज्ञानदेवांनी उच्चारलेला या 'माझ्या मनीला साक्षात गीतेतील श्रीकृष्णाच्या 'अहं कालोऽस्मि'ची गर्द झाक आहे. हे आणि केवळ हेच ते मन असू शकतं, जिथं 'आर्त'ही प्रकाशमानच होऊ शकतं! ते अंधारू शकतच नाही. त्यासाठीच आश्रयाला येतं ते, अशा ज्ञानदेवी मनातच!

गदिमांनी 'इंद्रायणीकाठी' या अमरगीतात हे आर्ताला प्रकाशवू शकणारे समर्थ ज्ञानेश्वर नेमक्या शब्दांत पकडले आहेत. अण्णा लिहून गेलेत- 'उजेडी राहिले उजेड होऊन!'

उजेडात उजेड होऊन राहणाऱ्या श्रीमनाच्या आश्रयाला आलेलं विश्वातलं झालं तरी आर्त हे प्रकाशणारच. तापहीन मार्तंड झालेल्या सज्जनांच्या मनाचं ते व्यवच्छेदक लक्षणच आहे. तसं झालं नाही तरच अहो नवल!

अशा आर्ताला प्रकाशमान करण्याचा सहज गुणधर्म असलेल्या मनाला भवतीचं स्वतःसह अवघं जग दिसणार तरी कसं? तर ते 'अवघेचि झाले देह ब्रह्म' असंच दिसणार.

अवघी 'इशावास्य उपनिषदाची' इथून तिथवरच सर्व विश्व ब्रह्मच आहे असं सांगणारी ऋचा ज्ञानदेवांनी आपल्या अमृतानुभवात केवळ दोन पंक्तींत वधारलेल्या अर्थासह सांगून टाकली. -

"विश्वाचे आर्त माझ्या मनी प्रकाशले ।
अवघेचि झाले देह ब्रह्म ॥"

या ज्ञानेशांच्या ओवीतील 'ब्रह्म' शब्दाचा आवाका नीट आकळून घेतला तरच कॅलिडोस्कोपमधील काचखंडांसारखी ही ओवी विपुल व अनेकानेक चित्रच्छटांसारखी अर्थच्छटांची अविस्मरणीय अनुभूती देऊन जाते.

म्हणतात की परमहंस रामकृष्ण ठाकूर हा हा म्हणता क्षणात भावावस्थेत जात असत. म्हणजे नेमकं काय? तर ते क्षणात अर्धोन्मीलित डोळ्यांनी उजेडी उजेड होऊन जात! ब्रह्मलीन होऊन जात. सोपानाग्रज ज्ञानदेवही असेच भावावस्थेत जात असावेत. त्याच्या खुणा ज्ञानेश्वरीत काही ठिकाणी आहेत. त्यातीलच ही ओवी आहे- 'विश्वाचे आर्त...'

यातील ब्रह्म म्हणजे काय? त्याचा आवाका किती? आपणाला सभोवती नाना रंगांत दिसतं ते जग. मस्तकावर नजर ठरत नाही, तिथवर पसरलंय ते नीलवर्णाचं

(इथरचा थर धरून व्याप्त) आहे ते आकाश. आकाशाच्या पार पलीकडं आहे ते अवकाश! शास्त्रज्ञ दावा करतात की ते कृष्णवर्णी काळं आहे.

या अथांग अवकाशात अनेक ग्रहमाला व आकाशगंगा पसरल्या आहेत. त्यातील अगणित प्रकाशमान ताऱ्यांतून सतत वैश्विक किरणं प्रसारित होत असतात. हे अवकाश, ही वैश्विक किरणं, ही ताऱ्यांची, ग्रहांची त्यावरील सजीव-निर्जीवांची अगणित संख्याही अविरत एका लयीत स्पंदत आहे. ती किती आहे ते अंकात, कुठल्याही मापदंडात, परिमाणात नाही सांगता येत. 'प्रचंड' हे विशेषणही थिटं पाडणारा हा व्याप म्हणजे 'ब्रह्म'. तेच ब्रह्मांड!

'काळ' हा अखंड सलग एकच आहे. त्याला आदि वा अंत नाही, हे आइनस्टाईनचं विज्ञानवचन पचनी पडलं तरच जाणीव 'ब्रह्मापर्यंत' जाऊ शकते.

ज्ञानेश्वर, परमहंसांसारख्या विभूती अखंड काळासह श्वासागणिक ब्रह्माचाच एक अंश म्हणून अहोरात्र वावरत असतात. त्यासाठीच ते अवतरलेले असतात.

अशा यौगिक प्रतिभेलाच प्रथम 'विश्वाचे आर्त' स्पर्शू शकते. हे एकट्याचे, परिवाराचे, एका समूहाचे, देशाचे 'आर्त' नाही- ते आहे 'विश्वाचे आर्त'! ते अखंड काळाला व अथांग ब्रह्मालाच बांधलेले असते

ज्ञानेश्वर म्हणतात हे विश्वाचे इथून तिथवर पसरलेले आर्त माझ्या मनात आश्रयाला आले आहे. अणि तसे येताच ते इथे स्वच्छ प्रकाशले आहे!

ज्ञानेश्वर असे नाही म्हणत की- 'विश्वाचे 'सार्थ' माझ्या मनी प्रकाशले!' प्रकाशणे हा सार्थाचा जन्मसिद्ध हक्कच आहे; तसा आर्ताचा तो नाही. इथं किमया आहे ती 'ज्ञानेश्वरी मनाची.' त्या मनाला प्रकाशाशिवाय काही ठाऊकच नाही! त्याचा स्पर्श होताच साक्षात अंधारही प्रकाशूनच जाणार. म्हणूनच तर हे विश्वाचे आर्त ज्ञानमनात प्रकाशले आहे.

अगदी सूक्ष्मदर्शक घेऊन धुंडाळलं तरी असा आत्मप्रत्यय वैश्विक साहित्यात अन्यत्र कुठेही नाही सापडणार.

ज्ञानेश्वर शब्दांच्या उपयोजनाला फारच काटेकोर आहेत. 'मी', 'माझे', माझा अशा अहंकाराचा दर्प येणाऱ्या शब्दांचा प्रयोग ज्ञानेश्वरीत कटाक्षाने नव्हे तर आपोआपच गळून पडला आहे. 'मी'ची एकेरी अनुभूतीच नाही ज्ञानोबांची. आहे ती आम्ही-आमची अशी अनुभूती. त्या पलीकडे आहे ती समष्टीची. तिच्या आर्ताची. म्हणूनच या ओवीतील 'माझ्या' मनी प्रकाशले या दिव्यानुभूतीतील 'माझ्या' या शब्दाला नीट समजून घेतले पाहिजे.

या ज्ञानोबांच्या 'माझ्या' शब्दाला फार व्यापक अर्थघनता लाभलेली आहे. तीही पुढे संजीवन समाधी घेणाऱ्या मनाची आशयघनता आहे. कसला भाव आहे या 'माझ्या' या मनाच्या विशेषणामागे? तर आपणच उधळलेला कृपेचा भंडारा आपलेच

आठही हात परडीसारखे पसरून सावरणाऱ्या जगज्जननी अंबेच्या मनामागे जो क्वचित् प्रकटला असेल तोच भाव इथं आहे!

गीतेच्या दहाव्या अध्यायात श्रीकृष्ण म्हणाला, ''मी अश्वांमध्ये उच्चैश्रवा नावाचा अश्व आहे, पर्वतांत हिमालय मी आहे, ऋतूंत वसंतऋतू आहे. दहाव्या अध्यायात श्रीकृष्णाचा जो निर्लेप गगनव्यापी 'अहं' प्रकट झाला आहे, तोच निर्लेप अहं ज्ञानोबांच्या या 'माझ्या मनी'त प्रकटला आहे. ज्ञानेश्वरी हे गीतेवरचं सुलभ, सरळ भाष्य आहे, याच्या खुणा इथं दिसतात.

इथंही 'माझ्या मनी' ही शब्दरचना बदलता येते काय याचा यत्न करून बघावा. तो व्यर्थ व मूढ चाळा ठरेल!

ईषावास्योपनिषदाची वारंवार आठवण करून देणाऱ्या या अद्वितीय ओवीत एक तशी म्हटलं तर समजायला गुंतागुंतीची मानसिक प्रक्रिया आहे. एकदा मात्र कळली की ती वळायला तशी सोपी आहे.

तुकोबांनी एके ठिकाणी अगदी याच अर्थाची रचना करून ठेवली आहे. ते म्हणतात 'परिसाच्या संगे लोह बिघडले । आम्ही बिघडलो तुम्ही बिघडा ना ।'

'परीस' ही सुंदर किंवदन्ती एकट्या संस्कृत भाषेत काय ती आहे. परीस हा दिव्य गुणधर्म लाभलेला एक दुर्लभ पाषाणखंड आहे म्हणे. लोखंडाच्या तुकड्याला स्पर्श झाला की हा परीस त्या लोहाचं सुवर्ण करतो अशी यातली मूळ संकल्पना. याचा प्रत्यक्ष प्रत्यय जगातील कुठल्याच महामानवानं कधीही घेतलेला नाही. तरीही प्रत्येकाच्या डोळ्यांसमोर क्षणात लोहखंडाचा सोनतुकडा उभा करण्याचं सामर्थ्य परिसात असतं असंच मानलं जातं. कितीही कल्पनाशक्ती पालवली तरी तो छळवारी 'परीस' काही नेमका मनासमोर येत नाही. प्रत्येकाच्या मनीचा परीस स्पष्ट वेगळाच असतो. तो तरी कधी कुठं दिसतो?

चौअंगांनी हे परिस व लोहखंड यांचं वर्षानुवर्षं चालत आलेलं उपाख्यान थोडं जरी कळलं तरी ज्ञानेश्वरांच्या मनी ते विश्वव्यापी आर्त कसं प्रकाशलं याची कल्पना येऊ शकते.

ज्ञानेश्वरांच्या योगी परीसमनाला विश्वाच्या आर्ताचा लोहखंड स्पर्शला! काय होईल? लोहाला आपलं रुपडं पालटावंच लागेल. झळझळणारं सोनरूप घ्यावंच लागे. ऐरंगैरं नव्हे, 'ज्ञानमन' आहे ते!

तुकोबांनी वर्णन केल्याप्रमाणं प्रथम 'बिघडावं' लागतं, मगच ज्ञानोबांसारखी 'विश्वाचं अवघं आर्त माझ्या मनी प्रकाशलं' अशी दुर्लभ दिव्यानुभूती घेणारं काहीतरी घडू शकतं.

ही बिघडून घडण्याची सततप्रक्रिया सततच चालू आहे. ज्ञानोबांची समाधी १२९५ मधील म्हणजे १२/१३ व्या शतकातील. तुकोबांचा काळ १६व्या शतकातला.

म्हणजे चांगला चारशे वर्षांचा काल मध्ये परतला. म्हणून काही 'बिघडलं' काय? मुळीच नाही. उलट कात टाकून अधिक 'घडलंच' आहे.

ज्ञानोबांचे वैश्विक आर्त सोप्प्या भाषेत मराठी जनमानसात रुजविण्यासाठीच जसं काही तुकोबा लिहून गेलेत-

"जे का रंजले गांजले-त्यांसी म्हणे जो आपुले ।
तोचि साधु ओळखावा । देव तेथेच जाणावा ।"

ज्ञानोबांची 'अवघेच झाले देह ब्रह्म' ही दिव्यानुभूती तुकोबांनी 'देव तेथेचि जाणावा' अशी मावळी चिमटीत अचूक पकडली!

'तुका आभाळा एवढा' म्हणणारा संतकवीच ही चारशे वर्षांपूर्वीची ज्ञानोबांची दिव्यानुभूती घेऊ शकतो.

ज्या साहित्यात शतकांचे कालपटल भेदण्याची अशी शक्ती असते, नवे धुमारे फोडण्याचं असं काळीज देठातच सामर्थ्य असतं ते अमर, कालजयी, अक्षर साहित्य. ज्ञानेश्वरी अशी अभिजात प्रकटलेली साहित्यसंरचना आहे.

ज्ञानेश्वरीचं असं बाळकडू लाभल्यामुळंच तुकोबा ज्ञानेश्वरांबद्दल म्हणतात- 'ज्ञानियाचा राजा गुरु महाराव!' ज्ञानोबांना सामोरं ठेवून आपल्याबद्दल तुकोबा स्वच्छ लिहितात- 'पायीची वहाण पायी बरी!'

स्त्री-पुरुष भागवतांच्या रचनेत विश्वाचं आर्त प्रकाशलेलं बघण्याच्या अशा पताकास्थानाच्या अनेक जागा आहेत. या सगळ्या रचनांत एक अंतःसूत्राचा सुप्त धागा आहे. तो बघण्याची दृष्टी मात्र पाहिजे. आंच तर अवश्य पाहिजेच पाहिजे.

ज्ञानोबांनंतर एकनाथ, नामदेव, जनाबाई, कान्होपात्रा, सावतामाळी, नरहरी सोनार, सेना महाराज, चोखोबा, तुकोबा, शेख मोहमद ही स्त्री-पुरुष संतावळी एका विचारधारेतील. भागवतपंथीय. त्या सर्वांचं आराध्यदैवत विठ्ठल-रखुमाई म्हणजे श्रीकृष्ण-रुक्मिणी.

या सर्वांहून तुकोबांचे समकालीन समर्थ रामदास मात्र राष्ट्रसंत मानले गेलेले. त्यांचं आराध्य दैवत राम. राम व सीता.

या रामदासांच्या वरवर रांगड्या व खडबडीत वाटणाऱ्या रचनेतही अशीच अर्थसमृद्धता आहे. त्यांच्या रचनेतही 'विश्वाचे आर्त' स्पर्शून गेल्याचे अनेक ठिकाणी जाणवते.

एकदा समर्थ पंढरपूरला गेले होते. विठ्ठलमंदिरात त्यांनी विठ्ठल पाहिला. त्यांना त्या जागी दुष्टांचं निर्दालन करणारा, कोदंडधारी रामच दिसू लागला!

ते लिहून गेलेत

"येथे का रे उभा रामा,
मनमोहना मेघश्यामा?
काय केले शरचाप,
कर कटेवरी ठेविले?"

समर्थांची ही अनुभूती ज्ञानदेवांच्या 'दर्पणी पाहता रूप न दिसे हो आपुले' या आर्त विराणीतील अनुभूतीसारखीच नाही काय?

ज्ञानदेवांचं 'पसायदान' म्हणजे तर 'विश्वाच्या आर्ताचं' शब्दाशब्दांतून उतटून जाऊन प्रकाशण्यासाठी कसं आसावलेलं 'महाकाव्य' आहे!

ज्ञानदेवांचं सर्वांत मोठं श्रेयस इथंच आहे की त्यांनी 'विश्वाचं आर्त' आपल्या मनात प्रकाशलेलं अनुभवलं. अमृतानुभव, भावार्थदीपिका, ज्ञानेश्वरीतून शब्दरूप घेऊन प्रकटलं. पसायदानातून ते संयुक्त होऊन प्रारंभीच अवगुंतून साकारलं. ज्ञानदेवांचं श्रेयस यात आहे की 'विश्वाचं आर्त' म्हणून काही 'वास्तव' आहे याची जाण त्यांनी मऱ्हाटमोळ्या रांगड्या भावमनाला प्रथम दिली

आंच असली तर ते 'आर्त' प्रसंगी 'प्रकाशू' शकतं असं अवहेलनेचं कठोर जीवन हसत जगूनही त्यांनी या मऱ्हाटमोळ्या रांगड्या मनाला रोकड दाखवून दिलं.

'विश्वाचं आर्त' प्रत्यक्ष प्रकाशू शकतं या गारूड वाटणाऱ्या सत्याचं ज्ञानोबांनी इये मराठीचिये नगरीत स्वहस्ते बीजारोपण केलं. ज्ञानोबांच्या या विचारमोगऱ्याचा वेलू पुढील प्रत्येक शतकात गगनावेरी गेला; मराठी मुलूखभर पसरला.

हा सगळा चमत्कार वाटावा असा प्रकार घडला तुमच्या आमच्या मराठमोळ्या कूससंपन्न भूमीत! म्हणूनच सार्थपणे म्हटलं जातं, 'भारत' या देवभूमीत जन्म लाभणं भाग्याचं- त्याहून महाराष्ट्देशी तो लाभणं परमभाग्याचं.

ज्ञानेश्वरांचं अंतिम आणि सर्वश्रेष्ठ श्रेयस यासाठीच त्या क्षणाचं आहे ज्या क्षणी त्यांनी नेवाशात पैसाच्या त्या अद्भुत स्तंभाला पाठ रेलून निरूपलं की-

'विश्वाचे आर्त माझ्या मनी प्रकाशले ।
अवघेचि झाले देह ब्रह्म ।।'

■

मानवी जीवनात काही घटना अतर्क्य असतात. शहाण्यानं त्यांची तर्कसंगती लावण्याच्या फंदात कधी पडू नये. त्या घडल्या तशा मनःपटलावर स्मृतींचा अजोड ठेवा म्हणून स्वीकाराव्यात. पुढील वाटचाल चालू ठेवावी.

कधी कधी एकांती विचारतंद्री जुळली असताना माझ्या जीवनात येऊन गेलेल्या तीन दिग्गजांचे अनुभव मला सतत अनमोल आशीर्वादांचा अनुभव देऊन गेलेत. हे अनुभव निगडित आहेत आचार्य अत्रे, ग. दि. माडगूळकर व वसंत देसाई यांच्याशी. १९६९ मध्ये १३ जूनला आचार्य अत्रे गेले. त्यांनी सदैव अनिष्ट मानलेल्या १३ तारखेला. जून महिन्यात हे घडलं. त्या वर्षीच तीन महिन्यांपूर्वी मार्चमध्ये त्यांच्या अध्यक्षतेखाली 'मृत्युंजय'साठी मुंबईत मराठा मंदिरमध्ये एक भरगच्च कार्यक्रम झाला होता. फार मनापासून व भरभरून बोलले होते आचार्य त्या कार्यक्रमात.

या कार्यक्रमानंतर ९ जून १९६९ला माझा विवाह कोल्हापूर मुक्कामी गणेश मंगल कार्यालयात झाला. त्याला भाऊसाहेब (वि. स.) खांडेकर आशीर्वाद देण्यासाठी आवर्जून आले होते. अत्यंत आदरानं सोबत एक छोटं पत्र जोडून विवाहाची पत्रिका मी आचार्यांना पाठविली होती. जूनच्या पहिल्या आठवड्यात त्यांचा आजार बळावला. त्यांना रुग्णालयात दाखल करण्यासाठी शिवशक्तीच्या आवारात गाडीत बसविण्यात आलं. गाडी सुरू होण्यापूर्वी त्यांची लेखनिका श्रीमती कदम हिनं काचेतून सहीसाठी पत्र पुढं केलं. ते आचार्य अत्र्यांनी सही केलेलं शेवटचं पत्र होतं... माझ्या लग्नाप्रीत्यर्थ

ते तीन आशीर्वाद

त्यांनी कोल्हापुरी धाडलेल्या आशीर्वादांचं!

पुढं काही दिवसांतच त्यांनी व्यक्त केलेल्या अंतिम इच्छेप्रमाणे त्यांच्या अस्थी पंचगंगेत विसर्जनासाठी आल्या. मी त्यांचं दर्शन घेण्यासाठी पंचगंगा घाटावर गेलो होतो. आचार्य अत्रे या सहा फुटी धिप्पाड देहातील त्या खारकेसारख्या अस्थी त्यांच्या चाहत्यांच्या ओंजळीत बघताना त्यांनी मुंबईच्या भरगच्च सभागृहात, टाळ्यांच्या गजरात काढलेले स्फटिकसत्य व वास्तव सहजोद्गार कानांत घुमून गेले- आजही स्पष्ट घुमताहेत,

''शिवाजीराव! ज्ञानोबांनी एवढं उदंड लिहिलं, तुकोबांनी इतकं लिहिलं... त्यांना कुठला मिळाला पुरस्कार? आम्ही एवढं प्रचंड लिहिलं. आम्हाला कुठला मिळाला पुरस्कार? पुरस्कारासाठी लिहू नका. फक्त लिहीत चला. आम्ही देऊ तुम्हाला पुरस्कार! हा महाराष्ट्र देईल. तो कुणाच्याच बापाला देता येणं शक्य नाही!!''

आचार्य अत्र्यांना त्यांच्या 'लिखाणासाठी' एकही सरकारी पुरस्कार कधी मिळाला नव्हता, हे इथं मराठीचिये सारस्वत नगरातील सर्वच लहानथोर कलमबहाद्दरांनी ध्यानात ठेवण्यासारखं नाही काय?

दुसरी आठवण आहे अण्णांची, गदिमांची. तसं १९६७मध्ये त्यांच्याच गजाननी शिवहस्ते कॉन्टिनेंटलच्या अनंतराव कुलकर्ण्यांच्या 'शारदाप्रसाद' या निवासावर 'मृत्युंजय'चं अगदी घरगुती, साध्या पद्धतीनं गणेशचतुर्थीला पूजन झालं होतं. तब्बल आठ वर्षांनी- १९७५ मध्ये माझ्या 'अशी मने असे नमुने' या व्यक्तिचित्रांच्या पुस्तकाचं प्रकाशन पुण्यात म.सा.प.त अण्णांच्याच हस्ते झालं. त्या वेळी ते म्हणाले होते,

''सावंतांचं हे पुस्तक व्यंकटेश माडगूळकरांच्या 'माणदेशी माणसं' व पुलंच्या 'व्यक्ती आणि वल्ली' यांच्या पंक्तीतील पुस्तक आहे. माझे यांच्या वाटचालीला आशीर्वाद आहेत.''

गदिमांनी प्रकाशित केलेलं ते मराठीतील शेवटचं पुस्तक! त्याला योग्य प्रकाशक लाभला नाही. परिणामी, ते फिरून कॉन्टिनेंटलकडे आलं. नुकताच दिल्लीच्या वाणी प्रकाशनानं याचा 'ऐसे लोग ऐसी बाते' या नावानं हिंदी अनुवाद प्रकाशित केला आहे. अवघड असलेला हा अनुवाद अतिशय रससंपन्न हिंदी शैलीत डॉ. दामोदर खडसे यांनी सिद्ध केला आहे. अण्णांचे आशीर्वाद हिंदी वाचकविश्वापर्यंत पोचले आहेत.

तिसरी संस्मरणीय आठवण आहे आकाशदिल, थोर व स्वरज्ञ संगीतकार वसंत देसाई यांची. १९७५च्या दरम्यानच 'मृत्युंजय' नाटकाचा प्रस्ताव आला. हे नाटक ती. तात्या शिरवाडकरांनी लिहावं असं मनःपूर्वक वाटल्यानं मी निर्मात्यांना आल्यापावली नाशिकला धाडलं होतं. तात्यांनी त्यांना ''शिवाजीरावांना सांगा, 'मृत्युंजय'वर नाटक

तुम्हीच लिहायचं आहे. मीच काय, दुसऱ्या कुणीही ते लिहू नये. तुम्ही लिहाल. माझे आशीर्वाद आहेत- सुरू करा!'' हा निरोप नव्हताच- ती आज्ञाच होती. नम्रभावे ती शिरोधार्य मानून, नटराजाचं स्मरण करून ते नाटक लिहिलं. त्याचे संगीत-दिग्दर्शक ठरले वसंत देसाई. ते कादंबरीचे वाचकही होते. त्यांनी मुंबईतील शिवाजी पार्कवरील आपल्या निवासात नाटकाच्या संहितेचं पूजन आत्मभावानं व प्रेमानं ठेवलं. ताजे टपोरे कमळकळे आणून त्यांनी पुरोहितामार्फत यथाविधी मृत्युंजय नाट्यसंहितेचं पूजन करवून घेतलं. हसत सर्वांना पेढे वाटले. मी त्यांच्या संगीताचा चाहता, म्हणून त्यांना वाकून नमस्कार करायला गेलो, तर वरच्यावर मिठीत घेत ते म्हणाले, ''छे छे! तुम्ही कवी! (नाटककाराला पूर्वी कवी म्हणत, हे तेव्हा कळलं!) तुम्ही नाही नमस्कार करायचा.'' त्याही पूर्णतः घरगुती कार्यक्रमाला दिग्दर्शक राम मुंगी, नेपथ्यकार मोहन वाघ, कलावंत बाळ धुरी, श्रीकांत मोघे, राम राक्षे अशी मंडळी उपस्थित होती. नाटकातील वासंतिक स्पर्धेचा 'इफेक्ट' आणण्यासाठी त्या जाणत्या संगीत-दिग्दर्शकानं एका ब्रिगेडियरना फोन करून ठेवणीतील हजारो रुपयांचा लष्करी ड्रम स्वतःच्या जबाबदारीवर रेकॉर्डिंग रूममध्ये आणवून घेतला होता. नाटक प्रथम प्रयोगापासून गाजलं. शिवाजी मंदिरातील पहिला प्रयोग तर दृष्ट लागावी असा रंगला. पडदा दूर होताच उंचशील कर्ण झालेल्या बाळ धुरीपेक्षा उंच असं नियतीचं चक्र, ही मोहन वाघांची मनस्वी नेपथ्य कल्पना पडदा हटताच टाळ्यांच्या कडकडाटाची उत्स्फूर्त दाद घेऊन गेली.

नाटकाचे शंभरावर प्रयोग हां हां म्हणता झाले. संगीत दिग्दर्शक वसंतरावांनी मात्र नाटकाचा एकही प्रयोग कधी डोळाभर पाहिला नाही! आपलं प्रभावी पार्श्वसंगीत त्यांनी कानभर काही कधीच ऐकलं नाही. लिफ्टचा अपघात होऊन ते गेले. वसंत देसाईंनी संगीत दिलेली 'मृत्युंजय' ही त्यांच्या तेजस्वी संगीत कारकीर्दीतील शेवटची कलाकृती होती. नाटकाचं पुस्तक यासाठीच मी त्यांना अर्पण केलं आहे.

हे तिन्ही कलावंत मनाचे दिग्गज! मराठी जनमानसाला ते अत्यंत प्रिय होते. आपापल्या कला क्षेत्रात त्यांची सकस कर्तबगारी निःसंशय 'मैलाचा दगड' ठरली आहे. ते तीन आशीर्वाद मला सदैव अनमोल वाटले आहेत.

सुमारे २६ वर्षांपूर्वी मराठीत प्रकाशित झालेली 'मृत्युंजय' आता सात प्रादेशिक भाषांत व इंग्रजीत प्रवेशून पूर्णत: वाचकांचीच झाली आहे. प्रकाशक व लेखक या साहित्यकृतीबाबत केवळ 'निमित्तमात्र' आहेत. गेल्या २९ वर्षांत महाराष्ट्र सरकारचा व बंगालीतला वाङ्मय पुरस्कार, भारतीय ज्ञानपीठ, दिल्ली द्वारा हिंदीकरण, व मूर्तिदेवी पुरस्कार चंद्रलेखामार्फत नाट्याचे एक तप सादरीकरण, पुणे, जळगाव, मुंबई व शेवटी दिल्ली आकाशवाणी केंद्रावरून २७ भागांत सर्वप्रथम राष्ट्रीय प्रसारण असे टप्पे पार करीत आता ही मराठी साहित्यकृती १९९८ मध्ये एका लक्षणीय टप्प्यावर येऊन पोचली आहे.

गेल्या वर्षी 'मृत्युंजय' दूरदर्शनच्या दिल्ली केंद्रावरून हिंदीत राष्ट्रीय प्रसारणात, ऑक्टो/नोव्हे.पासून सादर होत आहे. या महत्त्वाच्या वळणावरून या साहित्यकृतीचा आढावा घेताना अनेक स्मृती मनःकुहरात रुंजी घालताहेत. या वेळी प्रकर्षाने स्मरण होत आहे ते ज्यांच्या शिवहस्ते याचं एकदम घरगुती स्वरूपात ६७साली पुण्यात प्रकाशक अनंतराव कुलकर्णी यांच्या 'शारदा-प्रसाद' या घरी पूजन झालं त्या महाराष्ट्र वाल्मीकी अण्णा ऊर्फ ग. दि. माडगूळकर यांचं. मृत्युंजयच्या पहिल्या नाट्यप्रयोगाला अण्णा शिवाजी मंदिरात आवर्जून हजर होते. आज मात्र नाहीत. 'मृत्युंजय'चा सर्वप्रथम कोल्हापूरच्या केशवराव भोसले नाट्यगृहात जाहीर गौरव करणारे ती. भाऊसाहेब खांडेकर आणि नानासाहेब गोरे यांचं स्मरण दोघंही नसल्यानं मनाला

'मृत्युंजय' दूरदर्शनचे दुर्दर्शन!'

फार जाणवतं आहे. मुंबईत शिवाजी मंदिरात या मराठी कलाकृतीचा गौरव करून मराठात 'मृत्युंजय' नावाचा अग्रलेख लिहिणारे आचार्य अत्रे डोळ्यांसमोर उभे आहेत. आपल्या घरीच नाटकाचं हौसेनं पूजन करून मृत्युंजय नाटकाला आपले शेवटचे संगीतमय आशीर्वाद देणाऱ्या वसंतराव देसाईंची आठवण मनी उजळते आहे.

मुंबईच्या पेडर रोडवरील 'प्रभुकुंज' या आपल्या निवासात स्वरभक्त लताताई, आशाताई व बाळासाहेब मंगेशकर यांनी मृत्युंजयला दिलेली अजोड दाद आजही स्मरणात टवटवीत आहे.

हिंदी भाषेत 'मृत्युंजय'

१९७३ मध्ये भारतीय ज्ञानपीठ-दिल्ली या विख्यात प्रकाशन संस्थेचे जाणकार संचालक श्रद्धेय लक्ष्मीचंद्रजी जैन यांनी ही साहित्यकृती हिंदीच्या विशाल क्षेत्रात नेली. मांट (मधुरेजवळील उपनगर) येथील एस. व्ही. ए. कॉलेजातील हिंदीचे प्राध्यापक ओम शिवराज यांनी अत्यंत रसाळ व शैलीदार भाषेत हे हिंदी रूपांतर सादर केले आहे. ज्ञानपीठाच्या हिंदी सादरीकरणानंतर या मराठी साहित्यकृतीने कधी मागे पाहिलेले नाही. ज्ञानपीठ परिवारातील लक्ष्मीचंद्रजी, श्रेयांस प्रसादजी जैन व कविवर्य बालस्वरूप राही ही मृत्युंजयची निस्सीम चाहती 'थोरली पाती' आता वयपरत्वे निवृत्त झाली आहे. त्यानंतर आलेली डॉ. गुलाबचंद्रजी, डॉ. अशोकजी जैन व सचिव डॉ. आर एस. केळकरजी, उपसचिव सुबंधू श्री. पदमधर त्रिपाठीजी अशी 'धाकली पाती' वीस वर्षांनंतरही काटेकोर दक्षतेने 'मृत्युंजय' प्रकाशित करते आहे.

राजकीय सत्रावरील (स्व.) यशवंतराव चव्हाण यांची ही प्रिय साहित्यकृती हिंदीत प्रकाशित होताच त्यांनी दिल्लीत काही अभिजात साहित्यरसिकांना हिंदी पुस्तके भेट दिली. त्यात डॉ. करणसिंग हे संस्कृतचे गाढे अभ्यासकही आहेत. फार वर्षांपूर्वी त्यांचा यशवंतरावांकरवी ही कर्णकथा भावल्याचा तोंडी प्रतिसाद मिळाला होता. २६ वर्षांनंतर त्यांचं अत्यंत बोलकं पत्रही परवा आलं आहे.

इंग्रजीतून 'कर्ण' कथा

हिंदीनंतर कलकत्त्याहून प्राध्यापक, पद्मश्री पुरुषोत्तम लाल यांनी आपल्या प्रसिद्ध 'रायटर्स वर्कशॉप' या संस्थेमार्फत अत्यंत देखण्या 'डिलक्स' रूपात १९९० मध्ये मृत्युंजय इंग्लिशमध्ये सादर केली. या कामी त्यांना डॉ. नंदिनी नोपानी यांचं साक्षेपी सहकार्य लाभलं. सर्वांत महत्त्वाचं म्हणजे मी व लाल यांनी परस्परांना अद्याप पाहिलेलंही नाही! प्रूफे व सूचना हा सर्व उद्योग आम्ही पोस्टामार्फत केला आहे. प्रा. पी. लाल यांच्या संदर्भातील एक आठवण त्यांच्या माझ्या मर्मसंबंधाची रेखा ठरली आहे. त्या वेळी ८६मध्ये ते इंग्रजी भाषांतरात

डॉ. नोपानींसह व्यग्र होते. अशातच कलकत्याच्या स्वा. विवेकानंदांच्या स्मरणार्थ समाजहितैषी कार्य करणाऱ्या प्रसिद्ध संस्थेचा 'पूनमचंद भुतोडिया' हा पुरस्कार 'मृत्युंजय'ला घोषित झाला. त्या संस्थेच्या अध्यक्षांचे तशा संदर्भाचे पत्र ज्ञानपीठाकडे दिल्लीला गेले. डॉ. लक्ष्मीचंद्र जैन यांनी ते पुण्याला माझ्याकडे पाठविले. मला हा पुरस्कार 'बंगाली'चा म्हणून मोलाचा वाटला. (बंगाली समीक्षक कधीच भारतातील अन्य कुठल्याही भाषेत अभिजात साहित्यकृती आहेत, हे दूरान्वयानेही कधी मान्य करीत नाहीत!)

दुसरं महत्त्वाचं कारण होतं की, या निमित्तानं मला कलकत्त्याला जाता येणार होतं. परम श्रद्धास्थान असलेल्या ठाकूर परमहंस रामकृष्ण व स्वा. विवेकानंद यांच्या पहिल्या भेटीचं दक्षिणेश्वराचं, कालीचं दर्शन होणार होतं. त्यासाठी मित्रवर्य श्रीनिवास काकडे यांना मुंबईला पिटाळून 'गीतांजली' एक्स्प्रेसचं तिकीट, मग विमानाचं तिकीट मिळेल का, असे सर्व प्रयत्न झाले. मिळालं नाही! शेवटी 'माझ्या वतीनं हा पुरस्कार आपण स्वीकारावा' असं पत्र प्रा. लाल यांना दिलं. त्यांनी त्या पुरस्कार प्रदानाचं केलेलं हृद्य जिव्हाळ्याचं वर्णन प्रा. लाल यांच्या पत्ररूपानं आजही आहे.

अनेक भाषांतरे

इंग्रजीनंतर ही मराठी साहित्यकृती ९० ते ९२ दरम्यान गुजराथी, कन्नड मल्याळी, राजस्थानी, बंगाली या भाषांत सादर झाली आहे. 'ययाती' गुजराथीत नेणाऱ्या मुंबईच्या आर. आर. शेठ आणि कं.च्या श्री. भगतभाई शेठ यांनी कर्णकथा गुजराथीत नेली आहे. डॉ. प्रतिभाबेन दवे यांनी अतिशय बोलक्या, काव्यमय बोलीत हे रूपांतर केलं आहे. गोव्याच्या दामोदर कॉलेज (मडगाव) येथे प्राध्यापक असलेल्या श्री. अशोक नीलगार यांनी ९१ मध्ये कन्नड भाषांतर सादर केले आहे.

कोट्टायम (केरळ) येथील वाचकमान्य व 'ययाती' मल्याळममध्ये सादर करणाऱ्या डी. सी. बुक्स या संस्थेनं 'मल्याळम' प्रसिद्ध केलं आहे. डॉ. पी. के. चंद्रन यांनी हा भाषांतर अनुवाद सिद्ध केला आहे. बिकानेरचे डॉ. सत्यनारायण स्वामी यांनी राजस्थानी व डॉ. पी. ठाठ यांनीच कलकत्त्याहून बंगाली अनुवाद प्रकाशित केला आहे.

दूरदर्शनवर 'मृत्युंजय'

या सर्व पार्श्वभूमीवर सप्टेंबर ९० मध्ये मुंबईहून दोन चाहते वाचक अचानक भेटीसाठी माझ्या निवासाकडे पुण्याला आले. दोघेही गोदीचे सेवक आहेत. एकमेकांचे परमस्नेही आहेत. श्री. मुरली मनोहर सिंग व श्री. व्यंकटेश विचारे. सिंग मूळचे बिहारचे. कर्ण बालपणी जिथे सारथ्यांत वाढला ते चंपानगर सिंगांच्या गावाशेजारीच

आहे. विचारे मूळचे कोकणचे. त्यामुळे नाट्यवेडे. कांबळींच्या 'वस्त्रहरण' नाटकाशी पूर्वी संबंध असलेले. जसे नाट्यवेडे तसेच महाभारतभक्त. आजवर त्यांनी अनेक वेळा 'मृत्युंजय'चा वाचून पिट्टया पाडला आहे. कर्ण खेळला त्या गंगेकाठीच सिंग खेळलेले. छोरा गंगाकिनारेवाला! निस्सीम व परम कर्णभक्त. दोघांनी चहानंतर प्रस्ताव करून वाक्य समोर ठेवले, 'आम्ही तुमची कर्णकथा 'मृत्युंजय' दूरदर्शनवर सादर करायचीच असं ठरवून मुंबईहून आलोत!'

मी दोघांनाही आपादमस्तक नीट न्याहाळलं! मनी नाही तरी विचार फिरून गेलाच. सिंहगड एक्स्प्रेसने आलेले हे द्वय निर्मितीची विशाल व भव्य मागणी कशी काय पूर्ण करणार? स्पष्टपणे त्यांना भान देत म्हणालो, ''यापूर्वी एक दिल्लीचे व एक मुंबईचे असे दोघे निर्माते हा उद्योग करून कराराची 'साइनिंग' रक्कम गमावून गेलेत! नीट विचार करून पुन्हा भेटायला या!''

दोघेही चिवट होते, जिद्दीचे होते. हटून बसले. तुम्ही 'हो' म्हणा- लेटरहेडवर फक्त दोन ओळींची संमती द्या. पुढचे आम्ही बघतो.

मी त्यांना दिल्लीतील 'मंडी हाऊसच्या' ऐकीव भ्रष्टाचाराचे एक से एक बढकर रोचक किस्से ऐकवून परतविण्याचा आटोकाट प्रयत्न केला; पण नाही! दोघेही पक्के चिवट निघाले. सायनिंगची रक्कम घेऊन मी दोन ओळींची मान्यता शेवटी दिली. दोघेही प्रस्ताव सादर करणे, त्याची मान्यता घेणे इ. कामाला निघून गेले. मी त्यांची भेट विसरूनही गेलो.

पुढच्या महिन्यात वर्षाखेरीला ऑक्टोबरमध्ये दोघेही पुण्यात पुन्हा दत्त! त्यांच्याबरोबर एक भली मोठी निळी फाईल. नमस्कार, चमत्कार, चहापाणी होताच ती फाईल माझ्या हाती देत दोघेही म्हणाले, 'प्रस्ताव दिल्लीला दाखल करून क्रमांक घेऊन आलोत! क्र. आहे २५२! दाखल तारीख आहे २०/१०/९०. हे त्याचे कागदपत्र' एक मोठे पाकीट सिंगनी पुन्हा माझ्या हाती दिले.

कमालीच्या आश्चर्यानं ते खोलून आतील कागद मी चाळले. डोळे क्रमशः विस्तारत गेले. दोघांनी मुंबईत या मालिकेसाठी मिळेल तो शेलका कलाकार कटाक्षाने उचलला होता. श्रेयनामावली वाचत चाललो. ती अतिशय उत्साहवर्धक होती.

१) दिग्दर्शन : ज्योतिसरूप (बुनियाद व गुलदस्तेप्रसिद्ध)

२) संगीत : कल्याणजी आनंदजी

३) पार्श्वगायक : अनूप जलोटा

४) कला दिग्दर्शक : नीतीश रॉय (चाणक्य व भारत की खोजप्रसिद्ध)

५) पटकथा : संवाद-गीत : क्रमशः सुदीप (पूर्वाश्रमीचे 'धर्मयुग'चे सह-संपादक) पार्थमुखर्जी व गीत भृंग तुपकरी (दोघेही चोप्रांच्या 'महाभारत' मालिकेतील)

६) ध्वनिमुद्रण : अखिलेश

ही सर्व टीम तर अभिजात दिसत होती, समाधानाने मी हातातील निळी फाईल उठवून विचारले, "ये क्या हे सिंगजी."

उत्तर आले, "सिनॉप्सिस की आप की लेखकीय फाईल. हमने मांग की है ८७ भागों की!" त्यांचे डोळे चमकले. मी एक एक पान धावते उलटत फाईलचा अंदाज घेतला. संपूर्ण कादंबरीची पताकास्थाने त्यात कौशल्याने निवडलेली दिसत होती.

मालिका 'मृत्युंजय' ऑक्टोबर ९० मध्ये सर्व आवश्यक त्या पूर्ततेसह दिल्लीच्या मंडी हाऊसमध्ये प्रस्ताव क्र. २५२ घेऊन दाखल तर झाली. थोड्याच दिवसांत हा प्रस्तावांचा आकडा झपाट्यानं ४ हजार झाला. आता फक्त प्रतीक्षेचा भाग तेवढा आमच्या हाती राहिला. केव्हा येतंय या जनप्रिय मालिकेला दूरदर्शनकडून रीतसर मान्यता पत्र?

पण लवकर झालं तर ते सूर्यपुत्र कर्णासंबंधी कार्य कसलं? हा अनुभव प्रथम मराठीच्या प्रकाशनाच्या वेळी घेतला होता. नंतर भारतीय ज्ञानपीठाद्वारा 'हिंदी मृत्युंजय' भाषांतराच्या वेळी घेतला होता. मराठी रंगमंचावर नाटक सादर करताना घेतला होता. त्यासाठी त्या वेळी 'पुणे-मुंबई ये-जा, न कंटाळता केल्याचे अद्यापि विसरू शकलो नव्हतो. पुढील टप्प्यात इंग्रजी, कन्नड व विशेषतः गुजरातीकरणाच्या वेळी आलेला हृदयस्पर्शी अनुभव आजही ताजा आहे. पुऱ्या १६ वर्षांनंतर दहा हजार रु. देऊन घेतलेले हक्क काहीही पैसे परत न घेता सहर्ष पुन्हा सोडणारे अपार 'मृत्युंजयप्रेमी' गुजराथी स्वातंत्र्य सैनिक अनुभवले. श्री. विठ्ठलभाई जव्हेरी हे त्यांचं नाव.

गुणवत्तेची कसोटी

दूरदर्शनवर ९० अखेरीला निर्मात्यांची प्रस्ताव सादर करण्याची उंदीरघाई उडाली. एक-दोन नव्हे चांगले चार हजार प्रस्ताव दाखल झाले! मग आपलं नाव शब्दशः साकार करीत 'मंडी हाऊस' भ्रष्टाचाराची मंडी झाली. एक एक निर्मात्याने डमी नावावर चार-पाच प्रस्ताव ऑफिसात घुसविले! या प्रकाराविरुद्ध वृत्तपत्रीय आरडाओरडा झाला. मंडी हाऊसवर सी.बी.आय.ची धाड पडली. पुढे लवकरच भाषणात रेकून बोलणारे प्रसारणमंत्री बंगालीबाबू अजित पांजा यांचं खातं पंतप्रधानांनी आपल्या अखत्यारीत घेतलं. आलेल्या प्रस्तावांसाठी पुन्हा नवीन व निःपक्ष निवड समिती नेमण्यात आली. तिनं प्रथम चार हजारांतून २९ प्रस्ताव निवडले. त्यात गुणवत्तेच्या कसोटीवर मृत्युंजय ६व्या क्रमांकावर निवडलं गेलं! ग्रेड ठरली 'ए प्लस'. वेळ मिळाली राष्ट्रीय प्रसारणातील रविवारची!

तरीही प्रत्यक्ष मंजुरीपत्र देताना मंडी हाऊसच्या नोकरशाहीच्या लाल फितीनं

एक 'ग्यानबाची मेख' मारून ठेवली. 'अकबर दि ग्रेट' व शेष प्रश्न या गब्बर मालिकांना मान्यतापत्रातच ५२ भागांची मान्यता देण्यात आली. ६०० पृष्ठांच्या 'मृत्युंजय' कादंबरीला मात्र फक्त १३ भागांची मान्यता देण्यात आली!

निर्माते, दिग्दर्शक पार नाराज झाले. कोणी झाले तरी कशी दाखविणार एक प्रदीर्घ साहित्यकृती केवळ १३ भागांत! फोनवरून त्यांनी आपली खंत बोलून दाखविली. मीही सुन्न झालो. दोन दिवस काही काही सुचेना. काय नि कशी वाचा फोडावी या धडधडीत अन्यायाला? एकदा रोजपूजेच्या एका सूर्यस्पर्शी क्षणी कुठून तरी घोंगावत आल्यासारखा स्पष्ट विचार आला, 'नाही सहन करायची ही चालबाजी!' उठलो. प्रेस ट्रस्टच्या कार्यालयाला फोन केला. महाराष्ट्राच्या सर्वपक्षीय खासदारांच्या निवासी पत्त्यांची यादी मागवून घेतली. दोन तासांची पक्की बैठक घेऊन एक प्रभावी निवेदनपत्र तयार केलं. त्याच्या ४० प्रती टंकलिखित करून घेतल्या. एका अनामिक तिडिकेनं दिल्लीतील महाराष्ट्राच्या सर्व जाणत्या खासदारांना धाडून दिल्या!

त्यातील एक वाक्य हेतूतः मर्मस्पर्शी व प्रभावीच होतं. ते असं- 'आपण साक्षात दिल्लीत असताना मराठी भाषेला व आम्हा मराठी साहित्यिकांना दिल्लीत आज कुणी वाली आहे की नाही?'

ही व्यथा सर्वप्रथम जाणवली ती खा. अंकुशराव टोपे (जालना), खा. अनंतराव देशमुख (अकोला), खा. धर्माण्णा सादुल (सोलापूर) यांना. पत्र पोचताच एकापाठोपाठ तिघांचे प्रथम फोन आले. अंकुशरावांनी मोठाच दिलासा दिला. तसाच पुढे आस्थेनं सक्रिय पाठपुरावा केला. पाठोपाठ खा. राम नाईक (मुंबई), खा. मोरेश्वर सावे (औरंगाबाद), खा. राम कापसे (ठाणे) यांनी ही बाब धसाला लावली. राम कापसे यांनी तर फ्लोअरवर प्रश्नच विचारला! परिणामी अंकुशराव यांनी २५/३० खासंदारांचे दिलेले निवेदनपत्र हाती घेऊनच प्रसारणमंत्री के. पी. सिंगदेव यांनी दूरदर्शनच्या महासंचालकांना पाचारण करून प्रश्न टाकला, "तुम्हाला किती पैसे पाहिजेत? ते मी माझ्या पर्समधून देतो!या कृतीची गळचेपी करू नका!"

हे सर्व प्रत्यक्ष ऐकायला उपस्थित असलेल्या खा. धर्माण्णा सादुल यांनी आठ दिवसांपूर्वी हे फोनवर सांगितलं तेव्हा मी सिंगदेव या पूर्णतः अपरिचित मृत्युंजयप्रेमी सुहृदांच्या उद्‌गारांनी भारावून गेलो.

महाभारतातील 'कर्ण'

गेल्या मेमध्ये निर्माते सिंग व विचारे दिग्दर्शक ज्योतिसरूप यांना घेऊनच पुण्याला माझ्याकडे आले. चहा, नाश्ता होताच आमची आता प्रत्यक्ष सादरीकरणाच्या दृष्टीने महत्त्वाची बैठक सुरू झाली. गेली सात वर्षे फक्त 'मृत्युंजया'च्या चिंतनात डुबून गेलेल्या मूळचे काश्मिरीबाबू असलेल्या ज्योतिसरूपना मी मूळ गड्ड्याचा

प्रश्न सलामीलाच केला, 'भाई ज्योतिजी, निदेशक के नाते आप का नायक कर्ण के संदर्भ में अचूक आकलन क्या रहा है? चोपडाजी के महाभारत मालिका का कर्ण आप को कैसे लगा?'

मोठ्या डोळ्याचे, तांबूस गौर ज्योतिसरूप वरच्या छताकडे डोळे लावून क्षणैक पूर्ण आत्मलीन झाले. मग सतत बोलतच राहिले. त्याचे तात्पर्य होते की, 'चोप्रांनी महाभारतातील कर्ण या विविध पैलूच्या व्यक्तिरेखेवर फक्त अन्यायच केलेला नाही, तर ती चक्क उलटी सादर केली आहे! कर्णाच्याच काय कुठल्याही महाभारतीय व्यक्तिरेखेबाबत हे कधीच व्हायला नको. चोप्रांचा कर्ण म्हणजे दुर्योधनाचा एक फक्त खासा राजकीय चमचा होता! खाल्लेल्या मिठाला मी जागतो, याशिवाय तो मालिकाभर काही बोललाच नाही. एखादे जाकीट काढून द्यावे तशी त्याने इंद्राला कवचकुंडले दिली! मूळ गंगेकाठी असलेली (महाकवी रवींद्रनाथ टागोरांनी शब्दबद्ध करून अमर केलेली) 'कर्ण-कुंती भेट' त्यांनी एका नदीच्या पाणंदीत दाखविली. कर्णाचा आर्यावर्ताचा स्पष्ट दिग्विजय त्यांनी दुर्योधनासमोर एक सेवक तबकातून चार मुकुट सादर करून, 'अंगराज, दिग्विजय कर कै लोटे है!' इतक्या हास्यास्पद व क्रूर चेष्टामय पद्धतीने सादर केला!

चोप्रांचा कर्ण हा खरोखरच पहिला कौंतेय, दानवीर, दिग्विजयी, कवचकुंडलधारी, महावीर सेनापती वाटला काय?

ते ऐकून मी त्यांना विचारले, "तुम्ही कसा करणार सादर कर्ण? त्यासाठी तुमचं त्याच्याबाबत नेमकं आकलन काय?"

"सांगतो. मला माझ्या बंगाली, हिंदी, इंग्रजी व मराठी ग्रंथांच्या आधारे व मुख्यतः उपलब्ध असलेल्या महाभारताच्या कश्मिरी, नीलकंठी, दक्षिणी संहितांच्या आधारे व मुख्यतः भांडारकर इन्स्टिटयूटने सर्व कसोट्या लावून सादर केलेल्या सुधारित महाभारताच्या आधारे कर्णाबद्दल वाटते ते असे - ज्योतिसरूप आता पूर्ण महाभारतमय झाले होते. त्यांनी केलेले कर्णाचे आकलन तात्पर्याने असे होते-

'कर्ण व श्रीकृष्ण यांच्यात बरीच साम्यस्थळे आहेत. दोघांनीही जीवनप्रवास नदीच्या पात्रावरून सुरू केला होता. दोघेही बालपणी सामान्यांत वाढले. दोघांनाही दोन माता-पिता होते. दोघांनाही दोन देवदत्त देणग्या होत्या. एकाला कवचकुंडले व एकाला सुदर्शन चक्र व आकाशदत्त नीलवर्ण. दोघांचे नाते आते-मामे भाऊ असे होते. दोघांच्याही अजोड व अजरामर भेटीत एक अत्यंत गुंतागुंतीचा व गूढ आत्मभाव प्रकट झालेला आहे. दोन्ही व्यक्तिरेखा स्वयंभू व स्पष्ट अलगही आहेत.

कर्ण चरित्रातील 'कर्ण-कुंती भेट' व कर्ण-श्रीकृष्ण भेट या घटना महाभारतातील

पताकास्थाने आहेत. टागोरांनी कर्ण-कुंती भेट केव्हाच विश्व साहित्यात पोचविली आहे. गीतेनंतर हीच एक भेट विश्वभरच्या महाभारतप्रेमी वाचकांनी वाचली आहे.'

ज्योतिसरूपांचे अर्थपूर्ण व सखोल बोल ऐकून मी माझेही चिंतन त्यांच्यापुढे स्पष्ट केले.

"ज्योतिजी, महाभारत नीट अंगवळणी पाडून घ्यायला काही सूत्रं मला तरी स्पष्ट जाणवतात. एक तर महाभारताचे स्पष्ट व पानोपानी भरलेले वैशिष्ट्य कोणते असेल तर ते हे की, या महाकाव्यात शब्दशः लाखो स्त्री-पुरुष व्यक्तिरेखा असूनही एक दुसरीसारखी मुळीच नाही. अगदी नकुल-सहदेव व शंभर कौरवही. यात उत्क्रांतीच्या पहिल्या टप्प्यातील घनदाट निसर्ग आहे. यात त्याच टप्प्यातील अत्यंत मूलभूत व विकसनोत्सुक मनोभाव आहेत. मूळचे फक्त सात हजार श्लोकांचे व्यासकथित व सौतिश्रुत महाभारत गेल्या पाच हजार वर्षांत एक लाख श्लोकांचे, अठरा पर्वांचे झाले आहे. त्यावर शतकानुशतके पैल, जनमेजय, शुक, वैशंपायन, शौनक अशा प्रतिभासमृद्ध ऋषींचे संस्कार झाले आहेत. अनेक प्रक्षिप्ते त्यात घुसडली गेली आहेत. निसर्ग, मानव, पशू, पक्षी सर्व चराचर धरून महाभारत जीवनाला स्पष्ट आरसा दाखविणारा विश्वसाहित्यातील एकमेव ग्रंथ आहे.

याचे सर्वांत मोठे वैशिष्ट्य हे आहे की, दोन ओळींमधील सुप्त अर्थ स्पष्ट जाणवला की, महाभारत कमालीचे बोलू लागते. मती गुंग करून टाकते.

द्रौपदी आणि कुंती

"आपने द्रौपदी और कुंती के संदर्भ में पिछली बैठक में कुछ महत्त्वपूर्ण बताया था. जरा अधिक स्पष्ट करे तो अच्छा!" इंजिनिअर असलेल्या निर्माता सिंगनी मार्मिक प्रश्न उभा केला.

अलीकडे प्रकर्षाने जाणवलेल्या द्रौपदी-कुंती नातेसंबंधांतील एक विचारधागा मी सर्वांच्या कानी घातला. एकूणच नवे चिंतन बोललो.

'द्रौपदी वस्त्रहरण' हा प्रकार कुरूंच्या राजसभेत झालाच नाही,' असा दावा श्री. रा. ना. दांडेकरांसारखे भांडारकर इन्स्टिट्यूटचे अध्यक्ष व समतोल अभ्यासक करतात. झाला असे वादाकरिता धरले तरी आपण आपल्या संस्काराप्रमाणे तो श्रीकृष्णाने असहाय द्रौपदीला वस्त्रे पुरविली या चरमबिंदूवर नेहमीच पूर्णतः संपवितो. असे खरे तर घडू शकत नाही. यानंतर हस्तिनापुरात किंवा इंद्रप्रस्थात द्रौपदी व राजमाता यांची जी भेट झाली असेल ती कशी?

कुंतीला बघताच भरसभेत अवमान झालेली तिची सून तिच्या गळ्यात पडून फुटफुटून रडली असेल. काही म्हणजे काही बोलूच शकली नसेल ती. अनुभवी व धैर्यशील कुंतीनेच तिचे मोजक्या शब्दांत थोपटून सांत्वन केले असेल. कुंतीचे या वेळचे अचूक बोल पकडायला प्रतिभा लागेल. कुंतीने या क्षणी पाठीवर

फिरविलेल्या हाताचा स्पर्श द्रौपदी पुढे कधीच विसरू शकली नाही. कुंतीने या क्षणापासून द्रौपदीबाबत सुनेपेक्षा कन्येचे नाते कटाक्षाने जपले. कुंतीच्या व्यक्तिरेखेचे हे नवे आकलन तर्कसंगत वाटत नाही काय?

स्वातंत्र्यानंतर एवढा प्रदीर्घ काल गेल्यानंतर आम्ही आमचा हजारो वर्षांचा ग्रंथवारसा आता तरी नीट सखोल अर्थाने समजून घ्यायला नको काय? हा झटकून टाकावा असा 'पुनरुज्जीवनवाद' नव्हे!

स्वयंभू व्यक्तिरेखा

म्हणूनच श्रीकृष्ण, भीष्म व कर्ण हे पंचमहाभूतातील 'जल' या प्रवाही व जीवनदायी तत्त्वाचे अधिकारी आहेत, हे नीट समजून घेतले पाहिजे. या तीन व्यक्तिरेखा स्पष्टपणे स्वयंभू असल्या तरी अत्यंत सूक्ष्मपणे महर्षी व्यासांनी एका जलबंधनानं एकमेकांत घट्ट रुजवून टाकल्या आहेत. या तिघांचा एक उत्तुंग 'जलत्रिकोण' महाभारतीय कथावस्तूत सुप्तपणे वावरता ठेवण्यात व्यासांनी महाकवी ही बिरुदावली सार्थपणे मिरवत कमालीचा उत्कर्षबिंदू गाठला आहे. महाभारतीय व्यक्तिरेखांचे स्वभाव महर्षी व्यासांनी पंचमहाभूतांच्या रसायनात अशा अजब सामर्थ्याने मळून सादर केल्या आहेत की, त्या आपण आता तरी नीट समजून घ्यायला हव्यात.

'मृत्युंजय'वर कर्णाचे उदात्तीकरण केले असा एक सवंग व सतत आक्षेप आहे. माझे आजही ठाम मत आहे की, कर्णच काय कुठलीही महाभारतीय व्यक्तिरेखा उदात्त करण्याची आवश्यकताच नाही. आहेत त्या व्यक्तिरेखाच पूर्वग्रह न ठेवता समजून घेतल्या तरी पुरेसे आहे. व्यासांना ज्ञानाचा घास भरविण्याची कुवत एकाही भारतीय लेखकात नाही, हे सूर्यप्रकाशवत सत्य आहे.

श्रीकृष्ण, कर्ण, भीष्म या जलतत्त्वाच्या अधिकारी समर्थ व्यक्तिरेखा कशा? श्रीकृष्ण जन्मतः यमुनेच्या पात्रावरून, कर्ण अश्वनदीच्या पात्रावरून जीवनाला प्रारंभ करतात. भीष्म तर साक्षात गंगापुत्रच आहेत. जल हे एकूणच जीवसृष्टीचे आदिकारण आहे, असे भारतीय प्राचीन विचारधारा मानत आली. विज्ञानानं तर ते सत्य म्हणून आज सिद्ध केलं आहे. 'जल' शब्दाची फोडच ज्यातून जीव जन्मतो व ज्यात तो लय पावतो ते जल अशी (म्हणजे जायते यस्मात् लियते यस्मिन् इति) अशी आहे!

कर्ण व श्रीकृष्ण

महाभारतात हे तीन महावीर जेव्हा जेव्हा एकत्र आले, तेव्हा ते एकमेकांचा एक अतिशय गूढ आदर व आब राखून वावरलेले दिसतात. श्रीकृष्ण-कर्ण भेटीत श्रीकृष्णाने हेतुतः स्वतःकडे जे एक भावपूर्ण छोटेपण घेतले, त्यामागील आशय असा सखोल निघतो. दोन्ही व्यक्तिरेखा झळझळून समोर उभ्या राहतात. युद्धात

भीष्मांवर चक्र उगारून धावलेला श्रीकृष्ण ते शिशुपालावर चालविलं तसं चालवीत नाही; ते आवरतो, यामागील भाव स्पष्ट होतो.

महर्षी व्यासांनी एक निर्णयाची काठी मध्ये घालून एकीकडे न्याय पक्ष व एकीकडे अन्याय पक्ष अशी सरळ फारकत केली जाते आहे, अशा समजात आपण हजारो वर्षे महाभारत पाठ केले आहे. खरे तर व्यासांनी समग्र जीवनालाच पालाण घालून कलात्मक असा अजोड स्पर्श महाभारतात केला आहे. म्हणूनच कौरवपक्षात असूनही पितामह भीष्म, द्रोण, विदुर, कर्ण असे सरसहा कौरवच असे भले भले आजही मानतात ते तपासून घ्यावे लागते. ते आकलन अपूर्ण व एकांगी ठरते. कौरवांकडे जो काही न्याय आला तो एकट्या कर्णामुळे! यासाठीच कौरव-पांडव, न्याय-अन्याय, समाज-संकेत, जीवननिष्ठा, समोर आलेली घनघोर प्रतिकूलता या कसोट्यांवर महाभारतातील कर्ण ही श्रीकृष्णाएवढीच तरल व ताकदवान व्यक्तिरेखा ठरते.

आमची चर्चा आता ऐन रंगात आली होती. मी बोलत होतो. विचारे, सिंग, ज्योती कान टवकारून ऐकत होते. नाट्यभक्त असलेल्या विचारेंची चिकित्सावृत्ती आता चाळवली होती. त्यांनी विचारलं, ''चोप्रांची महाभारत मालिका ज्या बिंदूवर संपली तो कसा काय वाटला तुम्हाला?''

चोप्रांचा 'कर्ण'

मी अधिक स्पष्ट होत म्हणालो, ''त्यांचं सादरीकरण दर्जेदारच होतं. वेशभूषा, अभिनय, नेपथ्य, पात्रचयन सर्व दर्जेदार होतं; म्हणून तर ती मालिका जनप्रिय झाली. ते तर स्पष्ट सत्य आहे. माझं मत आहे याहून ती मालिका सहज व पटणाऱ्या लयीत किती तरी उंचीवर नेता आली असती.'' मी थांबलो. थोडा हेतुतः!

''ती कशी काय?'' लाखोंची गुंतवणूक करू इच्छिणारे निर्माते सिंग कुतूहलाने म्हणाले. मला मुद्दा स्पष्ट करावा लागला.

''असं बघा, त्या मालिकेचा नेमका शेवटचा भाग आठवून बघा. काय होतं शेवटच्या एपिसोडमध्ये?''

''फारच घाईत- चटावरचे श्राद्ध आवरल्यासारखी श्रीकृष्ण गीता सांगून गेला.'' मिश्किलपणे विचारे म्हणाले.

''श्रीकृष्णाबद्दल नाही बोलत मी. तो व गीता स्वतंत्र मालिकेचाच विषय आहे. त्यातील गीता हा तर संपूर्ण सशक्त मालिकेचा विषय आहे. मी भीष्म व अर्जुनाबद्दल बोलतोय.'' थोडं थांबून मी त्यांचा प्रतिसाद चाचपला. तिघांच्याही लक्षात काही आलं नाही. ते एकमेकांकडे बघत राहिले.

''हे पाहा, भीष्म महाभारत मालिकेत स्पष्ट म्हणाले, ''मै ही कारण हूँ

इस विनाश का। मै हस्तिनापूर की रक्षा नही कर सका पुत्र। अब परलोक सिधार रहा हूँ। युद्ध समाप्त करो पुत्र।''

ते ऐकून अर्जुन ढसढसा रडला! दोन्हीही व्यक्तिरेखा नेमक्या शेवटच्या भागात अशा भुईसपाट झाल्या!

तुम्हा तिघांनाही मी आठवण करून देताच पटकन आठवेल की भीष्म मूळ महाभारतात नेमकं काय बोलले ते. मालिकेत बोलते ते फिल्मी-मेलो ड्रामा पकडणारे चोप्रांचे भीष्म!

कसं ते बघा- महाभारतात स्पष्ट वर्णन आहे की, शरपंजरी पितामह भीष्म योगबळावर आपले पंचप्राण रोखून सूर्यदेव दक्षिणायनातून उत्तरायणात येण्याची प्रतीक्षा करीत होते.

हे 'दक्षिणायन आणि उत्तरायण' हे शब्दच चोप्रांच्या भीष्माने कुठेही उच्चारले नाहीत.

हे 'दक्षिणायन व उत्तरायण' हे प्रकरण व्यासांना तरी नेमक्या कुठल्या अर्थाने अभिप्रेत आहे? देहत्यागासाठी भीष्म याचीच का प्रतीक्षा करताहेत?

फार खोलवरचा यौगिक अर्थ आहे त्या नेमक्या शब्दांत. जसे पृथीला दक्षिण व उत्तर धुव आहेत, जशी सूर्यभ्रमणाला उत्तर व दक्षिण आयने आहेत तशी प्रत्येक मानवालाही देहाची दक्षिण व उत्तरद्वारे आहेत.

मलमूत्राचं विसर्जन करणारी ती 'अपवित्र' देहद्वारे. ब्रह्मरंध्राच्या रूपाने अत्युच्च अशी समाधीची अनुभूती जीव घेऊ शकतो ते मस्तक हे उत्तरेचे पवित्र द्वार!

भीष्म अंतसमयी केवढ्या जीवनउंचीवर होते. चोप्रांनी तो कुठे आणून ठेवले?

ज्या खन्ना या अभिनेत्याने ती महाव्यक्तिरेखा मालिकाभर आपल्या अभिनयबळाच्या जोरावर एका उंचीवर नेली होती, ती असे सखोल व मूळ महाभारताला धरून संवाद त्याला मिळते तर त्याने ती कुठच्या कुठे नेऊन ठेवली नसती का?''

शिवधनुष्य

तिघांनीही माना डोलविल्या. आता बरीच रात्र झाली होती. घरची मंडळी जेवणासाठी खोळंबली होती. चर्चा आवरती घेणं भागच होतं. कितीही बोललं तरी अपूर्णच वाटावं असा हा भारतीयांसाठी महाभारत हा विषय आहे, हे अनुभवानं पटलं होतं. त्या तिघांनाही 'मृत्युंजय' दूरदर्शन मालिकेच्या सादरीकरणासाठी हार्दिक शुभेच्छा देताना म्हणालो, ''आप 'मृत्युंजय' छोटे पर्देपर सादर करने का 'शिवधनुष्य' उद्धरने जा रहे हैं। मेरी हार्दिक शुभकामानाएँ सदैव आप के साथ हैं। कुछ जरुरत पडे तो अवश्य और किसी समय भी बिना हिचकिचाहटसे फोन कीजिएगा- राजमाता कुंतीदेवी के शब्दो में ही आप को शुभेच्छा देता हूँ-

'शिवाऽस्ते सन्तु पन्थानः!'

तिघांचेही हातपंजे हाती घेऊन प्रेमभराने ते दाबत मी त्यांचा निरोप घेतला. चार पावले रिवाजी त्यांच्यासोबत चालत दारापर्यंत गेलो. ते तिघेही समोरचा जिना उतरू लागले.

त्यांना पाठमोरं बघताना मन म्हणालंच- 'शब्दशः शिवधनुष्याला हात घालताहात मित्रांनो! तुम्ही झाला तरी अश्वनदीवरून बंद पेटिकेतून जीवनप्रवास सुरू करणारा व कुरुक्षेत्रावर श्रीकृष्णाकडेच शेवटी 'कुमारी भूमीचे' दान मागणारा, विविध पैलूंचा 'मृत्युंजय' तुम्ही कसा काय सादर करताहात हे बघायला मीही उत्सुकच आहे! तुमच्या सुपूर्त केलेल्या त्या सूर्यपुत्रालाही म्हणतो- 'शिवाऽस्ते सन्तु पन्थान:!' तुझा मार्ग शुभकर, शिवकर होवो!!'

पण...आणि हा पणच नेहमी महत्त्वाचा असतो. 'मृत्युंजय'च्या दूरदर्शनवरील प्रत्यक्ष सादरीकरणाच्या वेळी भारतातील सर्वदूरच्या 'मृत्युंजय'प्रेमी वाचकांच्या अपेक्षा वधारल्या. 'चाणक्य' या गाजलेल्या मालिकेचे दिग्दर्शक डॉ. चंद्रप्रकाश द्विवेदी यांच्या ताब्यात ही संहिता गेली. त्यांनी 'मृत्युंजय'च्या कथाविषयाला न्याय तर दिलाच नाही; पण 'चाणक्य'च्या पासंगालाही पुरणार नाही असे सादरीकरण करून प्रेक्षकांची व अर्थातच माझीही घनघोर निराशा केली! हा सादरीकरणाचा संपूर्ण किस्सा हा स्वतंत्र लेखाचा विषय आहे. महाभारतातील कर्ण राधा या एका वत्सल व प्रेमळ सुत स्त्रीच्या हाती लागला. दूरदर्शनच्या महासागरात सोडलेला डॉ. चंद्रप्रकाश यांचा कर्ण कुणाच्या हाती सापडला, ते त्यांचे त्यांनाच माहीत!

■

१९४२ साल भारताच्या क्षितिजावर अंग झडझडून उजाडले! या वर्षीचा मृग पखालीच्या धारांनी मुंबईवर कोसळून गेला. असा मृग गेल्या कित्येक वर्षांत मुंबईकरांनी पाहिलाच नव्हता. मुसळधारांनी कोसळलेल्या या वर्षीच्या आकाशीच्या कवतिकाने मुंबईतला तसाच उभ्या भारत देशातला बराच केर-कचरा धूळ-चगाळा साफ धुऊन काढला. बाकी राहिलेला सगळा येणाऱ्या पावसात समूळ खरवडून दूर फेकला जाणार होता.

नेहमीच अनपेक्षित वळणं घेणाऱ्या मनोहर कोतवालांच्या वळणदार आयुष्याने या वर्षीचा पावसाळा तोंडावर ठेवून एक सर्वांत संस्मरणीय वळण घेतले. आजवरच्या सर्व वळणांत हे क्रांतिकारक होते. त्यांच्याच नव्हे तर, अनेकांच्या जीवनाचा नवा इतिहास घडविणारे वळण होते.

हिंदू कॉलनीत ज्या देसाईंचा क्लबात ते व त्यांचे सहकारी जेवायला जात तो मालक देसाईच काहीतरी अडचणींमुळे गायब झाला! सर्वांसमोर थाळ्याचा प्रश्न उभा ठाकला. देसाईंच्या क्लबमध्ये जो बाबूराव नावाचा नाना खाद्य पदार्थ रुचकर बनविणारा हुन्नरी स्वयंपाकी होता, तो या वेळी उपयोगी पडला. पुढे त्याचे कोतवालांशी जन्मभराचे ऋणानुबंधच जुळायचे होते. या बाबूरावने एके दिवशी कोतवालांसमोर एक प्रस्ताव ठेवला की, 'दादरला मोतीचंद शहा या शेठजीच्या इमारतीत एक चार खोल्यांची ऐसपैस जागा रिकामी आहे. जुजबी रकमेत मिळेल. आपण ती जागा घेतली तर मीच तिथे खानावळ सुरू करीन. सर्वांचाच थाळ्याचा प्रश्न सुटेल.

■

गोदीच्या किनाऱ्यावर

■

दोन खोल्यांत माझी खानावळ चालेल. दोन खोल्या तुम्ही ऊठबस करायला ठेवा.

कुणाचीही साधी विधायक सूचना ध्यानपूर्वक ऐकून ती मार्गी लावायची सवयच आता मनोहर कोतवालांच्या अंगी बाणली होती. त्यांनी दादर रेल्वेस्टेशनजवळ असलेली ही जागा स्वतः जाऊन पाहिली. त्यांना ती एकदम पसंत पडली. एकतर ती चार प्रशस्त खोल्यांची हवेशीर होती आणि दुसरी म्हणजे ती उंचउंच ऐटदार माडाच्या झाडांनी घेर धरून शोभविली होती. या इमारतीचे कल्पक व रसिक मालक शहा यांनी तिला अगदी साजेसे सार्थ नाव दिले होते- 'पाम व्ह्यू!'

'पाम व्ह्यू' इमारत पसंत पडताच तिच्यातील जागेसाठी कोतवालांनी शहा शेठजींना गाठून पैसे भरून ती जागा ताब्यात घेतली. दोन खोल्यांत बाबूरावची खानावळ सुरू झाली. दोन खोल्यांत मनोहर कोतवाल व वसंत गुप्ते यांची ऊठबस व जनसंपर्क सुरू झाला. या सहवासाने वसंत गुप्ते मनोहर कोतवालांच्या जीवनातील पुढे एक अविस्मरणीय व्यक्ती ठरली.

मनोहर कोतवाल राहायला 'पाम व्ह्यू' या जागेत आले ती तारीख होती १ ऑगस्ट १९४२. पुरा देश या वेळी श्रावणी पावसाच्या सरीखाली झोडपून निघाला होता. भारतात आलेले क्रिप्स-कमिशन गांधीजींच्या अनुयायांनी जोरदार निदर्शने करून फेटाळून इंग्लंडला परतवून लावले होते. उभा देश कानांचे शिंपले करून वाट बघत होता. महायुद्धात मार खाणाऱ्या ब्रिटिशांना गांधीजी आता कसला निर्वाणीचा रामतडाखा देतात, त्याची वार्ता देशाच्या शहराशहरातील, चौकाचौकांत जमून लोक भिजत रेडिओवर ऐकत होते.

अशा ताणलेल्या स्थितीत गांधीजींनी निकराने राष्ट्रीय काँग्रेसची विराट सभा पडत्या पावसात मुंबईतील गवालिया टँकच्या मैदानावर बोलाविली. झाडून सारे पहिल्या, दुसऱ्या वर्गाचे नेते, कार्यकर्ते, स्वयंसेवक मुंबईत गोळा झाले. या ऐतिहासिक काँग्रेस कार्यकारिणीच्या सभेची व्यवस्था लोकसेनेने स्वीकारली. मनोहर कोतवाल व त्यांचे वसंत गुप्ते, तात्या सुळे, नारायण मोरेश्वर उपाध्ये, भालचंद्र पडवळ असे सोबती, स्वयंसेवक, लोकसेनेचे सैनिक म्हणून गवालिया टँकच्या मैदानावर हजर झाले. खचाखच भरलेल्या, छत्र्या घेऊन ऐकणाऱ्या हजारो लाखो लोकांसमोर गांधीजींनी आपल्या दमदार भाषेत जाहीरपणे ठणकावले की, 'ब्रिटिशांनो, हा देश कसा चालवायचा ते आमचे आम्ही बघू, तुम्ही प्रथम भारत देश सोडून चालते व्हा- 'क्विट इंडिया' माझी सर्व देशभक्तांना आज विनंती आहे की, त्यांनी त्यांना सुचेल त्या मार्गाने आता देशाचे स्वातंत्र्य मिळविण्यासाठी लढावे! मी ब्रिटिशांना निक्षून सांगतो- छोडो भारत! चले जाव!'

गांधीजींच्या या घोषणेची तारीख होती ८ ऑगस्ट १९४२! या ऐतिहासिक सभेला मनोहर कोतवाल आपले मित्र व मावसभाऊ वसंत गुप्ते यांच्यासह स्वयंसेवक

म्हणून लोकसेनेच्या गणवेषात हजर होते. दोघेही भिजले होते. त्या सभेत सरदार पटेल, मौलाना आझाद असे आणखीही नेते घणाघाती बोलले होते. गवालिया टँकवरची ती अभूतपूर्व सभा दोन अर्थांनी चिंब भिजून गेली. वरून झिरपणाऱ्या मुंबईच्या श्रावणी पावसाने आणि आतून व्यासपीठावरून ऐकलेल्या नेत्यांच्या निखळ, रोमांचक अशा स्वातंत्र्यमय, स्वर्गीय बोलांनी! नेत्यांच्या निर्धारी व निर्वाणीच्या प्रेरक संदेशाने भारलेली हजारोंची ती सभा विसर्जित झाली.

अस्वस्थ, सैरभैर झालेल्या सरकारने त्या दिवशीच संध्याकाळपर्यंत म. गांधी, पं. नेहरू, सरदार पटेल, मौ. आझाद, गोविंद वल्लभ पंत, नरेंद्र देव अशा आघाडीच्या सर्व नेत्यांना अटक केली. खास गाडीने रातोरात त्यांना अहमदनगरच्या किल्ल्याकडे राजकीय कैदी म्हणून रवाना केले.

सरकारने काटेकोर दक्षता घेतली होती. तरीही ती बातमी फुटलीच. दुसऱ्या फळीतील नेत्या अरुणा असफअली त्यामुळे खवळून उठल्या. लागलीच बेभानपणे त्यांनी त्याच मैदानावर दुसऱ्या दिवशी म्हणजे ९ तारखेला सकाळी ८ वाजता झेंडावंदन जाहीर केले. दुसऱ्या दिवशी सरकारने भल्या पहाटेपासूनच ते मैदान पोलिस बंदोबस्तात आवळून बंदिस्त करून टाकले.

दि. ९ रोजी सकाळी केवढा तरी प्रचंड जमाव अरुणा असफअली आता काय करतात म्हणून कुतूहलाने मैदानाकडे लोटला. हाती झेंडा घेतलेल्या स्वातंत्र्यऊर्मीने बेभान झालेल्या तरुण अरुणा असफअली 'वंदे मातरम' गर्जत पोलिसांचे कडे फोडीत ठरल्या जागी घुसल्या. कितीतरी स्त्री-पुरुष स्वातंत्र्यसैनिकही त्यांच्याबरोबर घुसले. त्यांना रोखण्यासाठी पोलिसांनी लाठीमार केला, अश्रुधुराच्या नळकांड्या फोडल्या. असफअलींना अटक करण्यात आली. पावसाने भिजलेले गवालिया टँकचे मैदान चिखलाने बरबटून गेले. लोक इतस्ततः पांगले. मनोहर कोतवाल व वसंत गुप्ते अश्रुधुराने चुरचुरणारे डोळे चोळत या वेळीही हजर होते.

सकाळी झालेल्या या अमानुष लाठीहल्ल्याचा निषेध करण्यासाठी आता प्रत्यक्ष कस्तुरबा गांधी यांनी त्याच दिवशी रात्री शिवाजी पार्कवर सभा बोलाविली!

या सभेपूर्वीचा तणाव तर आता कितीतरी पराकोटीचा वाढला होता. काय होईल कोणीच सांगू शकत नव्हते. कालच्याच नेत्यांच्या स्फोटक संदेशाने पुरेपूर पेटून उठलेले भारतीय नागरिक आता निकराच्या लढ्याला सिद्ध झाले होते. त्यांची कशालाही तोंड देण्याची तयारी होती.

चार वाजल्यापासूनच शिवाजी पार्कच्या सभामैदानाकडे माणसांचे लोंढे लागले. हां हां म्हणता 'शिवाजी पार्क' तुडुंब फुलून गेले. सरकारला या सभेत नेत्यांना बोलूच द्यायचे नव्हते. त्यासाठी सभेला सुरुवात होण्यापूर्वीच प्रथम लाठीमार नंतर अश्रुधूर यांचा मारा सोजिरांनी सुरू केला. लोक तेवढ्यापुरते पांगत, पुन्हा एकत्र येत. शेवटी

सरकारने या निरपराध जमावावर गोळीबारच केला. या गोळीबारात पायाला गोळी लागून घायाळ झाला तो लोकसेनेचा सैनिक नरू पाटील! गोळीबाराच्या दहशतीने ही सभा शेवटी विसर्जित झाली.

त्या दिवशी रात्री या सभेलाही हजर असलेले मनोहर व वसंता चिंब भिजलेल्या स्थितीत पाम व्ह्यूवर परतले. ते मनाने सुन्न झाले होते. बाबूरावने प्रेमाने समोर ठेवलेला आमटी-भाताचा थाळा यांनी तसाच परतवून लावला. दोघांच्याही मस्तकात एकच एक घणाघात पडत होता- चले जाव- चले जाव! भारतीयांनो, मिळेल त्या मार्गाने स्वातंत्र्य मिळवा. ब्रिटिशांनो, भारतातून चालते व्हा!'

त्या रात्री मनोहर कोतवालांना काही केल्या झोप आली नाही. शेजारी कॉटवर झोपलेल्या वसंताकडे ते मधूनच चक्क डोळे ताणून बघत होते. वसंताही तळमळतच होता. मध्येच कूस बदलत होता. दोघेही खाण्यात लक्ष नसल्याने आज उपाशीच पडले होते. कोतवालांच्या संवेदनशील मनावर अनेक विचारतरंग उठत होते. मिटल्या-जाग्या डोळ्यांसमोर अनेक चित्रे तरळून जात होती. डेस्टिनी आपले काम मूकपणे करीतच होती. बाहेर श्रावणी पाऊस कोसळतच होता.

रात्रभर विचारांचे मंथन मनोहर कोतवालांच्या मनात अजब आणि अनाकलनीय घुसळण घालून गेले. एक विचार पक्का झाला. त्यांच्या अंतर्मनावर ठशासारखा रुजून गेला. 'बोर्डाच्या कँटीनमुळे आपला गिरणीतील कामगारांशी संबंध आलाच आहे. या निर्दय गोऱ्या सरकारची कोंडी करायला हीच योग्य वेळ आहे. आपण जमतील त्या आठ-दहा गिरणी कामगारांना आतल्या अंगाने इशारा भरून बंद पाडू. यापुढे माझा हा 'पाम व्ह्यू' देशभक्तांसाठी, भूमिगतांसाठी, अडचणीत आलेल्या कामगारांसाठी सदैव उघडा राहील. माझ्या या जागेला आजपासूनच बंगालमधल्या आनंदमठाचे रूप येईल. इथे माणसाच्या स्वातंत्र्यासाठी हक्कासाठी झगडणाऱ्याला प्राणपणाने आश्रय मिळेल. अभय मिळेल. ब्रिटिशांनो चले जाव-छोडो भारत!! शेवटी पहाटवाऱ्यावर कधीतरी त्यांचा डोळा लागला.

४२ सालच्या 'चले जाव' आंदोलनाने मनोहर कोतवाल यांचे जीवनच घुसळून निघाले. अशातच एकदा जे. जे. हॉस्पिटलसमोरच्या एका चाळीत एका धोब्याच्या घरी त्यांच्या एका प्रमुख भूमिगत स्वातंत्र्यसैनिकाशी अचानक भेट झाली. त्यांच्या अंगावर शेरवानीसह पूर्ण मुसलमानी पेहराव होता. डोक्यावर उभट, काळी फरकॅप होती. डोळ्यांवर काळा चष्मा होता. धोब्याने त्यांची दबक्या आवाजात ओळख करून दिली. ते होते पुण्याचे प्रसिद्ध स्वातंत्र्य नेते एस. एम. जोशी! त्यांनी कर्जतच्या स्वातंत्र्यसैनिक कोतवालांना शक्य ती तत्पर मदत करावी, असा कानमंत्र मनोहर कोतवालांना दिला. त्यांनी तो नम्रपणे स्वीकारला. 'पाम व्ह्यू'मधील कोतवालांच्या राहत्या जागेला आता एका रामदासी मठाचे स्वरूप आले. स्वतः मनोहर कोतवाल

वैचारिकदृष्ट्या कितीतरी बदलले. त्यांनी टी बोर्डातील सरकारी दिखाऊ नोकरी चालू ठेवूनच स्वातंत्र्यासाठी झटणाऱ्या भूमिगतांना पाठबळ देण्याचे मनोमन पक्के केले. आतापर्यंत त्यांनी लोकसेनेच्या कार्यकर्त्यांच्या मदतीने मुंबईतील दहा गिरण्या बंद पाडल्याच होत्या. भूमिगतांना मदत करण्याच्या कामात खानावळ चालविणारा बाबूराव फारच उपयोगी पडला. वेगवेगळ्या प्रांतांतील निरनिराळ्या विचारांचे जहाल-मवाळ देशभक्त मुंबईत येत. बाबूरावांच्या खानावळीत जेवत. पाम व्ह्यूवर झोपत. आपले मनोगत मनोहर कोतवालांना सांगत. त्यांचा सल्ला मानत. आपापले काम करून गुपचूप निघून जात. समोरच असलेल्या पोलिसांना याचा थांगपताही लागत नसे! पाम व्ह्यू अनेक भूमिगतांचे आता आश्रयस्थान बनले.

एकदा विदर्भातील स्वातंत्र्यसैनिक मदनलाल बागडी पाम व्ह्यूवर आश्रयाला आले. त्यांचा मागोवा घेत पाठोपाठ नागपूरचे पोलिसही येऊन थडकले. त्यात फौजदार होते, बालपणी बुलेटीन वाटणारे कोतवालांचे बालमित्र जगदीश दीक्षित हेच. कोतवालांनी दीक्षितांचे स्वागत करून त्यांचा कात्रज केला. बागडींची चौकशी करणाऱ्या दीक्षितांना त्यांनी सांगितले, 'बागडी इथे आले होते हे खरे आहे; पण आजच ते काश्मीरला निघून गेले आहेत! जगदीश, तुम्ही त्यांचा पाठलाग करा. सरकारी खर्चात तुमचेही काश्मीर बघून होईल!' कोतवालांनी हे इतक्या बेमालूमपणे पटविले की दीक्षित जिभल्या चाटत लागलीच काश्मीरकडे निघून गेले. देशभक्त मदनलाल बागडी सहीसलामत सुटले.

या वेळी कोतवालांच्या कानावर येत होत्या त्या कर्जतचे त्यांचेच आडनाव बंधू असलेल्या दे. भ. कोतवाल यांच्या पराक्रमाच्या गाथा. त्यांना आठवत होते ते एस. एम. जोशी यांच्या दबक्या आवाजातील धीरोदात्त शब्द. त्यांचे सुचविलेले हे कोतवाल नाभिक समाजातील होते. आजही ते कर्जतचे 'शहीद कोतवाल' म्हणून विख्यात आहेत. नेरळ भागातील आदिवासी तरुणांच्या मदतीने प्रतिसरकार स्थापून ब्रिटिश राजवट नष्ट करावी, असा त्यांचा बेत होता. या देशभक्ताला लागेल ती सामग्री पुरविण्याचा विडा मनोहर कोतवालांनी उचलला. त्यासाठी कधी काडतुसांच्या पेट्या, पिस्तुले, कधी गनपावडर यांचे पेटारे ते शरद जकातदार, करी रोड येथील जुन्या कुंभार चाळीतील पार्सेकर, कर्जतचे भडसावळे यांच्यामार्फत कर्जतला पाठवू लागले. या कामी त्यांना नानासाहेब कुंटे यांचे फार मोलाचे सहकार्य झाले. पुढे शरद जकातदार हे टेल्को कंपनीचे जनरल मॅनेजर झाले. कोतवालांचे बोर्डातील नोकरीचे दौरेही चालूच होते. त्यांच्या कानावर सातारा जिल्ह्यात क्रां. नाना पाटील यांनी उभ्या केलेल्या प्रतिसरकारची 'कीरत' येऊन पडली. सातारा जिल्ह्याच्या दौऱ्यावर असताना त्यांनी ठरवून बुधगाव येथे तेथील गिरणीचे मालक दिवाकर नातू यांच्या घरी नाना पाटलांची भेट घेतली. दोघांचीही घटकाभर स्वातंत्र्य चळवळीबद्दल चर्चा झाली.

नानांनी आग्रहाने खाऊ घातलेली भाजलेली कणसे आजही कोतवालांच्या चांगलीच आठवणीत आहेत. त्यांचे उजवे हात समजले जाणारे किसन वीर यांचीही भेट कोतवालांनी घेतली. पुढे त्यांना या दौऱ्यात देशभक्त रत्नाप्पा कुंभारही भेटले.

लोकसेनेच्या जागोजागी स्थापन झालेल्या शाखांमुळे अनेक कार्यकर्ते मनोहर कोतवालांच्या हाताशी आले होते. त्यामध्ये आता सर्व प्रकारच्या स्वातंत्र्यप्रेमी देशभक्तांची भर पडली. लहानपणापासून कोतवालांना हरिजनांबद्दल खास आपुलकी व जिव्हाळा होता. आता त्यांनी एकीकडे चाळकमिट्या स्थापन करून हरिजन सेवा व प्रौढ साक्षरता या सामाजिक कामांचा, तर दुसरीकडे छुपेपणे भूमिगतांना मदत करण्याचा सपाटा बेमालूमपणे सुरू केला. भोवतीच्या लोकांना, पोलिसांना कुणालाच कळत नव्हते की कोतवालसाहेब बोर्डातील इन्स्पेक्टर आहेत, खानावळवाले आहेत की लोकसेना चालविणारे सामाजिक कार्यकर्ते आहेत. शिंपल्यातील पाणथेंबाचा आपोआप एक टपोरा मोती साकारत जावा, तशी पाम व्ह्यू ही इमारत आनंदमठ बनली. या नानाढंगी मठाचे एकमेव क्रियाशील व सर्व घटनांना सर्वस्वी जबाबदार असलेले 'स्थितप्रज्ञ महंत' झाले श्री. मनोहर गोपीनाथ कोतवाल!

शिक्षक असलेले बहुश्रुत संघटक बाण्याचे तात्या सुळे, अप्पा इंगळे, मेडिकल कॉलेजला शिकणारे वसंत गुप्ते अशांच्या चपळ सहकार्याने कोतवालांनी पाम व्ह्यूवर विद्वान व प्रभावी वक्त्यांची बौद्धिके घेण्यास सुरुवात केली. पाम व्ह्यू एक संस्कार व अभ्यासकेंद्र बनले. इथे कधी साने गुरुजी, कधी अच्युतराव तर कधी श्री. अमृत डांगे, लालजी पेंडसे, जोगळेकर, पां. वा. गाडगीळ, खेडगीकर बौद्धिकात आपले क्रांतिकारक व तेजस्वी विचार मांडू लागले. साने गुरुजी तर शेजारीच शिवाजी पार्कवरच्या बिल्डिंगमध्ये पाणक्या बनून राहिले होते. त्यांच्या ग्रँट रोडवरील एका सभेला पोलिसांची धाड पडणार म्हणून निरोप देण्यासाठी भाई कोतवाल धावत गेले होते; पण त्याअगोदरच गुरुजींना अटक झाली होती. हां हां म्हणता याची माहिती दादरकरांना तोंडातोंडी मिळे. थोड्याच वेळात पाम व्ह्यू भरून जाई. एस. एम. जोशी, नानासाहेब गोरे, प्रभाकर कुंटे, माधव लिमये, वि. रा. पटेल, दिनकर साक्रीकर, कि. ना. पटेल, मोरेश्वर उपाध्याय, रामदास असे कितीतरी समाजवादी विचारसरणीचे नेते या काळात पाम व्ह्यूवर येऊन गेले. आचार्य अत्रे, म. म.द.वा. पोतदार, एम. एन. रॉय अशा ताकदीच्या वक्त्यांनी पोटतिडकीने काढलेले कितीतरी रोमहर्षक ऐतिहासिक बिनतोड उद्‌गार कानभर ऐकून पाम व्ह्यू इमारत धन्य झाली.

या वर्षीच्या धुंवाधार पावसाने चर्चगेट स्टेशनवरील एक तीन-चार मजली दगडी इमारत कोसळली. लोकसेनेच्या कोतवालांच्या कार्यकर्त्यांनी त्या इमारतीतील नागरिकांना सहकार्य करण्यासाठी झेप घेतली. पडत्या पावसात त्या कार्यकर्त्यांना चहा पुरविण्यासाठी मनोहर कोतवाल आस्थेने हजर झाले. त्या पावसात विशीचा एक तरुण भिजत

त्यांना भेटला. त्यानेच विचारले, ''आपण दादरचे काय? लोकसेनेचे मनोहर कोतवाल आपले कोण?'' त्याच्या हातात दोन भरले कप टिकवून कोतवाल त्याला हसत म्हणाले, ''तुमच्या सगळ्या प्रश्नांची उत्तरे मग देतो. पहिल्यांदा हा चहा माझ्या सैनिकांना नेऊन द्या!'' आलेल्या त्या तरुणाने ती जबाबदारी हसत स्वीकारली. चहावाटप संपताच कोतवालसाहेब तोंडभर हसून त्याला म्हणाले, ''मीच तो लोकसेनेचा मनोहर कोतवाल! बोला तुम्ही कोण? कुठल्या गावचे? बोला काय आज्ञा आहे?''

आश्चर्यचकित झालेला तो तरुण सावरत म्हणाला, ''मी करुणाराघव रमाकांत प्रभुदेसाई. रत्नागिरी जिल्ह्यातील राजापूर तालुक्यातील कुंभवड्याचा. चार वर्षांपूर्वी मुंबईत आलो.''

मनोहर कोतवालांनी हसत त्याची पाठ थोपटली. दोघांनाही माहीत नव्हते की पुढे आयुष्यभर त्यांचे घनदाट ऋणानुबंध जुळणार होते. हे श्री. क. र. प्रभुदेसाई पुढे ट्रान्सपोर्ट अँड डॉक वर्कर्स युनियनची आर्थिक आघाडी सांभाळणारे जबाबदार सहकारी झाले. एके दिवशी साने गुरुजींनी शिफारस केलेल्या पंधरा वर्षांच्या एका चुणचुणीत मुलाला घेऊन तात्या सुळे पाम व्ह्यूवर आले. त्याची ओळख त्यांनी कोतवालांशी करून दिली. प्रेमभराने त्याचे खांदे थोपटत कोतवालसाहेबांनी त्याला नाव, गाव विचारले. त्या तरतरीत किशोराने उत्तर दिले, ''मी श्रीकृष्ण रामचंद्र कुळकर्णी. धुळे जिल्ह्याच्या शिरपूर तालुक्यातील मांजरोतचा.'' तो किशोर गुरुजींबद्दल तोंडभर बोलत होता. कोतवालसाहेबांना ते फार आवडले. मनाला भिडले.

याचेही पुढे कोतवालसाहेबांशी दाट ऋणानुबंध जुळून येणार होते. दोघांनाही त्याची कल्पना असण्याचे कारणच नव्हते. हेच आजचे गोदी व बंदर महासंघाचे अध्यक्ष व सुप्रसिद्ध कामगारनेते श्री. एस. आर. कुळकर्णी होत!

आता पाम व्ह्यूवर उमेदीचे अनेक तरुण आपणहून उत्साहाने जमू लागले. संघटन कसे करावे, त्यासाठी शिस्त कशी पाळावी, कायद्याचा व समाजाचा अभ्यास कसा करावा, याची तपशिलाने ते मनोहर कोतवालांशी तासन्तास गप्पा मारून माहिती घेऊ लागले. यातील शशिकांत कर्णिक हे पुढे तंबाखू कामगार संघटनेचे नेते झाले. अमृत आगासकर हे पुढे बी. पी. टी. रेल्वे मेन्स युनियनचे सेक्रेटरी झाले. आर. जी. कर्णिक हे तर पुढे महाराष्ट्र राज्य कर्मचारी संघटनेचे झुंजार नेते झाले. वसंत गुप्ते हा मावसभाऊ पुढे मिल मजदूर सभेचा सेक्रेटरी झाला.

मुंबईसह सगळा देश १९४२च्या क्रांतीने ढवळून निघत असतानाच मनोहर कोतवाल यांच्या कौटुंबिक जीवनात एक संकटमय घटना घडली. बडोद्याला असलेल्या त्यांच्या माणकामावशी अचानक वारल्या. त्यामुळे मावसे गणपतराव कर्णिक व त्यांचे चार मुलगे आणि चार मुली यांचे मोठे कुटुंब चांगलेच अडचणीत

आले. कोतवालसाहेब बडोद्याला जाऊन मावसे गणपतराव कर्णिक यांचे सांत्वन करून मुंबईला परतले. या कुटुंबाला कसा आधार द्यावा हा एकच एक विचार त्यांच्या मनात रेंगाळत राहिला.

याच काळात बडोद्यातील लक्ष्मणराव प्रधान यांची मॅट्रिक झालेली सुशील कन्या गुलाब प्रधान ही मोठ्या हिरिरीने आपल्या मैत्रिणी श्रीलता देसाई, इंदुमती विटरगावकर, सुमती बंगाली, सुशीला चौबळ, पुष्पा सुळे इत्यादींसह राष्ट्रसेवादलात गांधीजींची 'चले जाव' हाक ऐकून दाखल झाल्या.

मुंबईत या काळात मनोहर कोतवाल यांनी आपले काम तीन आघाड्यांवर पद्धतशीर विभागून घेतले. ही विभागणी त्यांनी जाणीवपूर्वक केली होती. देशभर 'चले जाव'ची क्रांतिज्वाला उसळली होती. मुंबईत ती फारच जोरदार पेटली होती. तितकाच पोलिसांचा ससेमिरा जबर होता. तारेवरची कसरत करावी तसे सावधपणे कुठलेही काम करणे भाग होते. यातील अटळ म्हणून पहिली आघाडी होती टी बोर्डाची नोकरी. दुसरी आघाडी झाली पाम व्ह्यूवरची. लोकसेनेच्या साहाय्याने विचारवंतांची व्याख्याने, बौद्धिके व बैठका घेणे अशी. याला जोडूनच नव्या पिढीच्या विद्यार्थी संघटनांच्या बैठका, व्याख्याने पाम व्ह्यूवर होऊ लागली. साने गुरुजींना विद्यार्थ्यांचा काळीजदेठापासून जिव्हाळा होता. तेच या कार्यक्रमाचे प्रमुख असत. या कामात त्यांना अनू वर्दे, मधू लिमये, प्रभाकर कुंटे, दिनकर साक्रीकर, रामदास, राजा कुलकर्णी व हेमा सुळे, पाटणकर असे विद्यार्थी उत्साहाने व चपळाईने सहकार्य करीत.

मनापासून लहान-थोर स्वातंत्र्यसैनिकाला पडेल ती मदत करणे हे कोतवालांनी आपले आद्य कर्तव्यच मानले. यात केव्हाही पडणाऱ्या पोलिसांच्या धाडीचा धोका होता. पुढे समाजवादी विचारसरणी स्वीकारलेल्या,सध्या राष्ट्रीय काँग्रेसमध्ये असलेल्या अनेक थोर देशवीरांच्या निकट सहवासात ते या काळात आले. त्यामुळे स्वातंत्र्यासाठी काहीतरी ठोस करण्याची त्यांची ऊर्मी अनावर झाली. त्यासाठी त्यांनी दोन धाडसी प्रयोगही केले.

या काळातच मनोहर कोतवालांची श्री. लिमये नावाच्या एका हुन्नरी व अफलातून इंजिनिरअरशी गाठ पडली. हा केवढा हुन्नरी होता तर त्याला बाँब तयार करायची विद्या अवगत होती! त्याने बाँब तयार करून त्याचा स्फोट बॅलॉर्ड पिअर या बंदरातील प्रत्यक्ष ब्रिटिश जहाजावर करावा, अशी इच्छा व्यक्त केली!

अकोला सोडल्यापासून परिस्थितीने दाबले गेलेले तरुण मनोहरचे स्वातंत्र्यप्रेम रक्तातून सळसळून उठले. हे असे काहीतरी धाडसाचे केलेच पाहिजे, या निर्णयाला तो आला. दोघांनी ॲक्मे कंपनीचे मॅनेजर श्री. सिंग यांच्याशी संपर्क साधला. त्यांच्या कारखान्यात जाऊन दोघांनी बाँब तयार केला. ते घेऊन मावसभाऊ वसंत

गुप्ते व किंग जॉर्जचा विद्यार्थी दाणी यांच्यासह मनोहर कोतवाल बॅलॉर्ड पिअरवर आले. मनोहरने निडरपणे आपली ड्यूटी बजावली. बॅलॉर्ड पिअरवर असताना एका चहाच्या किटलीतून तो बाँब स्वतः नेऊन ब्रिटिश जहाजावर ठेवला. गुप्ते, दाणी यांच्यासह लिमये व मनोहर कोतवाल बंदरावर परतले. बाँबच्या स्फोटाची वाट आतुरतेने बघत राहिले. इथेही 'डेस्टिनीने' पुन्हा आपले काम केले. बाँब शेवटपर्यंत उडालाच नाही!

अशातच थोर देशभक्त बाबू गेनू यांचा मावसभाऊ आपल्या भावाच्या वधाचा सूड घेण्यासाठी मनोहर कोतवाल यांना भेटला. त्याने ब्रिटिश सरकारचा वचपा काढायचा मार्ग विचारला. या अन्यायी सरकारची बाजू उचलणाऱ्या टाईम्स ऑफ इंडिया या दैनिकाच्या गोदामाच्या स्फोटाने भडका उडवून द्यायचा, असे ठरले. त्याप्रमाणे हा मावसभाऊ फोर्ट भागात गेला. त्याने यशस्वीपणे बाँबचा गोदामात स्फोट केला. पण दैनिकाचे फारसे नुकसान झाले नाही.

तिसरी महत्त्वाची आघाडी त्यांनी स्वतः खूप चिंतनानंतर निवडली. ती होती 'कामगारहिताची'. १९४२ ची राष्ट्रव्यापी चळवळ सुरू होऊन बऱ्याच घटना मागे पडल्या होत्या. चळवळ ऐन रंगात आली होती. कोतवालांना आता मनोमन स्पष्ट होत चालले की, आज ना उद्या देशात स्वातंत्र्य येणारच आहे. इथून पुढे प्रश्न राहील तो हे स्वातंत्र्य कोणासाठी राबवावे हाच. हा देश खेड्यापाड्यांचा असल्यामुळे येथील ८० टक्के शेतकऱ्यांसाठी, तसेच त्यांच्यातून शहरात आलेल्या कामगारांसाठी हे स्वातंत्र्य राबवावे लागेल. आपण काही आता खेड्यात जाऊन काम करू शकत नाही. त्यासाठीच आपल्या कर्तव्याचा ओघ शहरातील कामगारांकडे वळविला पाहिजे. कोतवालांची मनोबैठक आकार घेत चालली.

यातच टी बोर्डाच्या आदेशाप्रमाणे त्यांना नागपूर येथील एम्प्रेस मिलमधील कामगारांच्या कॅन्टीनचा एक घोळ हाताळण्यासाठी जावे लागले. हा घोळ असा होता की, या मिलमध्ये बोर्डाला आपले नीटनेटके कॅन्टीन चालू करायचे होते. जुन्या ठेकेदाराला हे कधीच मानवणारे नव्हते. कसला तरी रद्दड माल कामगारांच्या गळ्यात मारून त्यांचा चहा-नाश्ता तो उरकत होता. असा भरपेट नफा खिशात कोंबणे आजवर विनाविरोध त्याला शक्य झाले होते. आता त्याला खीळ बसणार होती.

ज्या दिवशी कोतवालांनी निर्धारपूर्वक बोर्डाचे सुसज्ज नवे कॅन्टीन सुरू केले, त्याच दिवशी या ठेकेदाराने काही कामगार हाताशी धरून बोर्डाच्या मालाने खच्चून भरलेल्या कॅन्टीनवर अमानुष हल्ला केला. जबरदस्त दगडफेक केली. कॅन्टीन उद्ध्वस्त झाले. या गदारोळात दगडफेक करणाऱ्या कामगारांच्याच दोन मुलांना दगड लागून ते रक्तबंबाळ झाले. कोतवाल या वेळी कमालीचे शांत राहिले. त्यांच्या

पुढच्या जीवनचरित्राचा भक्कम पाया घालणारी अत्यंत मार्मिक समयसूचकता या वेळी त्यांच्या साहाय्याला आली.

दगडफेकीत रक्तबंबाळ झालेल्या कामगारांच्याच दोन मुलांना त्यांच्या खांद्याला धरून कोतवाल बेधडकपणे जमलेल्या कामगार जमावासमोर उभे ठाकले. पोटतिडकीने त्यांना म्हणाले, ''ही मुले तुमचीच आहेत. काही कारण नसताना यांचं रक्त सांडून तुम्ही काय मिळवलं? तुम्हाला चांगला माल नको असेल, हे कॅन्टीन नको असेल तर तसे स्पष्टच सांगा. उद्यापासून मीच हे कॅन्टीन बंद करून टाकतो. टाळा ठोकतो. तुमचा फायदा कशात आहे हे शांतपणे तुम्ही विचार केल्याशिवाय तुम्हाला कसं पटणार? फक्त नमुना म्हणून इथला एक पदार्थ चाखून बघा. मगच निर्णय घ्या!''

मनोहर कोतवालांनी त्या दोन मुलांना साक्षी ठेवून हां हां म्हणता शिगोशिग भरलेल्या मोठ्या ताटातील लाडू एक एक करत समोरच्या कामगारबंधूना मोफत वाटून टाकले!

याचा व्हायचा तो परिणाम झाला. कामगार क्षणात अंतर्मुख झाले. त्यांना खरा दोषी ठेकेदार कळून चुकला. ते एकदिलाने मनोहर कोतवाल यांच्या पाठीशी उभे राहिले. नागपुरातील कॅन्टीन सुरळीत सुरू झाले. त्याहूनही अधिक एवढ्या मोठ्या संख्येच्या कामगारांच्या अंतःकरणाची नेमकी नस मनोहर कोतवाल यांना कळून चुकली. त्यांना आपल्या पुढील वाटचालीतील एक वळण कळून आले.

काही दिवस कॅन्टीन सुरळीत चालविण्यासाठी कोतवाल नागपुरात राहिले. जेव्हा ते मुंबईला परत जायला निघाले तेव्हा अहमदाबादेत निरोप द्यायला जमला होता तसाच कामगार वर्ग मोठ्या संख्येने नागपुरातही जमला.

एक कात गळून पडली. कोतवालांची कामगारजीवनाशी लय साधणारी पुढील वाटचाल उजळत चालली.

नागपूरहून मुंबईत येताच त्यांना एक घरगुती जिव्हाळ्याच्या अत्यावश्यक प्रश्नाची सोडवणूक करावी लागली. बरेच दिवस त्यांच्या मनात बडोद्याच्या माणकामावशींच्या अचानक निधनाने अडचणीत आलेले गणपतराव कर्णिकांचे मोठे कुटुंब घोळत होते. त्यांनी पक्का निर्णय केला. या काळात एके दिवशी ते एकटेच बडोद्याला गेले. मावसे गणपतराव कर्णिक यांना समजुतीने सर्व पटवून त्यांच्या कुटुंबाची सर्व जबाबदारी घेऊन सर्वांसह ते मुंबईत पाम व्ह्यूवर आले. या कुटुंबात चंद्रकांत, शशिकांत, रमाकांत, अरविंद असे चार मावसभाऊ व सुशीला, विमला, प्रमिला आणि जया या चार मावसबहिणी, तसेच मावसे गणपतराव अशी नऊ माणसे होती. कोतवालांनी या सर्वांची नुसत्या कर्तव्यभावनेने नव्हे, तर आतड्याच्या निकोप प्रेमाने जबाबदारी स्वीकारली हे विशेष. ही मावसभावंडेही त्यांच्याशी एकरूप झाली. पाम व्ह्यूवर रमली. खानावळवाल्या बाबूरावने त्यांना आपल्या मुलांसारखे

सांभाळले. या मुलांतूनच आजचे राज्य कर्मचारी संघटनेचे धडाडीचे नेतृत्व खुलले आहे ते श्री. आर. जी. कर्णिक यांच्या रूपाने.

टी बोर्डाची शहरोशहरी सुसज्ज कॅन्टीन उभारण्याचा भाग हा कोतवालांच्या रोजीरोटीचा अटळ भाग होता. तो सांभाळत असतानाच ते आपल्या नोकरीतून स्वातंत्र्यलढा व कामगार चळवळ या आघाड्यांना पोषक असा अत्यंत अडचणीचा मार्ग शोधून काढत होते.

मनोहर कोतवाल सोलापुरात आले. इथल्या जुन्या गिरणीत त्यावेळी ११ हजार कामगार काम करीत होते. त्यांनी मॅनेजरवर हल्ला केला होता. कोतवालांच्यावर बोर्डाची जबाबदारी होती ती या बिघडलेल्या परिस्थितीत कंत्राटी कॅन्टीन बंद करून नवे पुन्हा सुरू करण्याची. आता त्यांची बोर्डात पडत्या काळात ऐनवेळी कुशलपणे सावरून नेणारा अधिकारी अशी प्रतिमा तयार झाली होती. त्यामुळे बोर्डात त्यांना आता 'सब-एरिया ऑफिसर' म्हणून बढतीही मिळाली होती. पगार झाला होता रुपये ३५०/-. शिवाय दिमतीला एक मोटार गाडीही मिळाली होती. या बढतीमुळे तर त्यांच्या चालू असलेल्या भूमिगतांना मदत व कामगार आणि लोकसेनेचे काम याबद्दल कोणी काही विचारण्याचे धाडसच करेनासे झाले. या वेळी त्यांच्यावर पडलेले सोलापुरातील काम आव्हानाचे होते. कौशल्याचे होते. कोतवालांनी हे आव्हान स्वीकारले.

येथील बोर्डाचे कॅन्टीन जवळजवळ दोन महिने झाले बंद होते. चिटपाखरू कॅन्टीनकडे फिरकत नव्हते. या कामगारांत यलव्वा नावाची एक मध्यम वयस्क, जाडजूड, काळी, बडबडी वडार बाई होती. तिचा बऱ्याच कामगारांवर प्रभाव होता. ती सांगेल तसे कामगार ऐकत. कोतवालांनी काही दिवस यलव्वाचे निरीक्षण केले. तिचे महत्त्व नीट पारखून घेतले. स्वतःहून तिच्याशी ओळख करून घेतली. यलव्वाला तिच्या चार-सहा स्त्री-पुरुष कामगार सोबत्यांसह आमंत्रण दिले. बोर्डाच्या कॅन्टीनमध्ये आदरपूर्वक बोलावून सर्वांना दर्जेदार फराळ व चहा मोफत दिला. पुढे सात-आठ दिवस हाच पाहुणचार हसतमुखाने केला.

याचा व्हायचा तोच परिणाम अचूक झाला. वाजवी दरात चांगला माल कॅन्टीनमध्ये मिळतो, असे सांगून यलव्वाने कामगारांचा तांडा कॅन्टीनकडे वळविला. बंद पडलेले कॅन्टीन अडीच महिन्यांनी पुन्हा जोमदारपणे चालू झाले. कोतवालांनी कामगारांना यलव्वाच्या तोंडून 'मम' म्हणायला लावले. या घटनेने त्यांना एक अमोल धडा मिळाला. कामगार चळवळीत कुठल्याही परिस्थितीत मन शांत व स्थिर ठेवणे तसेच कितीही साधी हलकी असामी असो, तिच्या ठायीचे उपयोगी गुणधर्म नीट पारखणे व तिला सन्मानपूर्वक हाताळून मार्गी लावणे हा.

सुरळीत सुरू झालेले कॅन्टीन तसेच चालावे यासाठी कोतवालांनी एक महत्त्वाची

दक्षता घेतली. या कॅन्टीनमध्ये ६० कामगार होते. त्यांना प्रत्येकी दरमहा फक्त २६रु. पगार होता, तो त्यांनी एकदम ७५ रु. करून दिला. कॅन्टीन कामगार त्यामुळे खूश झाले. चलाखीने कामे करून ११ हजार कामगारांना चोख माल पुरवू लागले. कॅन्टीन नीट सुरू होताच कोतवालांनी आपला जागरूक डोळ्यांनी सोलापूर शहरात फेरफटका मारला. त्यांना पटकन जाणवले, कामगारांनी भरलेल्या या मोठ्या शहरात माध्यान्हीच्या ऐन १२ वाजता भुकेच्या वेळी कामगाराला किमान साधा ब्रेड देणारी एकही साधी बेकरी नाही! त्यांनी श्री. आठवले नावाच्या सोलापूरकरांशी चर्चा करून त्याला बेकरीची आवश्यकता पटवून सोलापुरात बेकरी सुरू केली.

फारच थोड्या सोलापूरकरांना आज माहीत असेल की आपल्या या क्रांतिकारकांच्या व कामगारांच्या शहरात पहिली बेकरी सुरू करण्याचे श्रेय मनोहर कोतवाल यांना आहे!

आता कामगार जगतात 'खुट्ट' झाले तरी त्याचा आवाज लागलीच कोतवालांच्या कानांवर पाम व्ह्यूवर आपोआप पडू लागला. सोलापुरात त्यांना कळले की, किर्लोस्करवाडीतील कामगारांनी काही मागण्यांसाठी संप सुरू केला आहे. किर्लोस्करवाडी व ओगलेवाडी येथे बोर्डाची कॅन्टीन सुरू करण्यासाठी त्यांना जायचे होते. त्याप्रमाणे ते किर्लोस्करवाडीत आले. त्यांची तेथे एका अत्यंत महत्त्वाच्या विचारवंताशी गाठ पडली. ते होते वाडीच्या कारखान्यात इंजिनिअर खात्याकडे काम करणारे, चळवळीचे थोर अभ्यासक बगाराम तुळपुळे. त्यांचे एक मित्र श्री. परळकर यांच्या मदतीने बगाराम यांनीच हा संप सुरू केला होता. नोकरीची पर्वा न करता कामगारहिताच्या विचारांनी भारावलेल्या तुळपुळेंचे काम कामगार जगतात आजही गौरविले जाते. या भेटीत कोतवालांना खूप प्रेरक असा आनंद झाला. काही नवे ऐकायला मिळाले. किर्लोस्करवाडीत रीतसर कॅन्टीनही सुरू झाले.

पाठोपाठ कोतवाल ओगलेवाडीतही उतरले. तेथील काच कारखान्याचे आद्य जनक श्री. आत्मारामपंत ओगले हे एक दूरदृष्टीचे, समजदार गृहस्थ होते. त्यांच्याशी चर्चा करून त्यांच्या सक्रिय सहकार्याने तेथेही कोतवालांनी कॅन्टीन व गेस्ट हाऊस सुरू केले. इथेच दामू शिवराम नाटीक हा होतकरू कामगार त्यांना मिळाला. हाच पुढे ओगलेवाडी काच कारखाना कामगारांचा तडफदार पुढारी झाला. या दौऱ्यात त्यांनी ओगलेवाडीत आत्मारामपंतांचा अगत्याचा पाहुणचार चांगले दोन दिवस घेतला. येथील कामगारांत अतिशय प्रिय असलेले जनरल मॅनेजर काकासाहेब पाध्ये यांचाही प्रेमळ परिचय झाला. आत्मारामपंतांनी त्यांना आपले चिरंजीव शामराव व माधवराव, तसेच माधवरावांच्या सुविद्य पत्नी कवयित्री सौ. कुमुद ओगले अशा कुटुंबीयांचा परिचयही करून दिला. तिथल्या काच कारखान्याची नादमय घरघर ऐकताना कोतवालांना नागपुरातील आपल्या भ. श्री. पंडित व व्ही. जी. देशपांडे या

कविमित्रांच्या सहवासात फुलविलेल्या काव्यमय दिवसांची आठवण झाली. ओगलेवाडी हे टुमदार गाव त्यांना फारच आवडले. त्यांच्या ते कायमचे स्मरणात राहिले.

या दौऱ्याहून ते मुंबईला परतले. आता पाम व्ह्यूवर थोर देशभक्त, लेखक व पट्टीचे वक्ते साने गुरुजी यांची स्वातंत्र्याची आच पेटविणारी एकाहून एक रोमांचक व सरस भाषणे धूमधडाक्यात सुरू झाली. पाम व्ह्यू व पुरा दादर विभाग भारावून गेला. मंतरलेला झाला. आचार्य अत्रे, अनंत काणेकर, पाध्ये, गाडगीळ, सुळे व इंगळे असे लोकसेनेचे धडाडीचे कार्यकर्ते व्याख्याने, बैठका यांत गढून गेले. 'चले जाव'चे आंदोलन उभ्या देशभर पसरून आता वर्ष झाले होते.

पुढे मनोहर कोतवाल यांच्या जीवनात लक्षणीयरीत्या दोन महत्त्वाच्या घटना या वेळी घडल्या होत्या. त्यातील एक मुंबईत व दुसरी बडोद्याला घडली होती.

गोदीत टॅली क्लार्क म्हणून दाखल झालेले मंगलोरहून आलेले पी. डिमेलो सहजपणे कामगार चळवळीकडे खेचले गेले होते. पुढे गोदी कामगार संघाचे अध्यक्ष झालेले जी. एच. काळे यांच्या निकटच्या सहवासात ते आले. दोघांच्या चर्चेतून गोदी कामगारांचे जीवन, त्यांचे प्रश्न, देशातील त्यांच्या संघटनेची ताकद असे विचार डिमेलोंच्या तडफदार अंतःकरणाला भिडत चालले. पी. डिमेलो हे एक गोदी कामगारांचे तडफदार, झुंजार व निधडे नेतृत्व आकारत चालले.

याच वेळी बडोद्यात कु. गुलाब प्रधान यांना इंटर इंग्लिश या विषयासाठी क्लार्क मेमोरियल स्कॉलरशिप मिळाली होती. त्यामुळे समस्त प्रधान कुटुंबाने अत्यानंदाने त्यांचे अभिनंदन व कौतुक केले होते.

मनोहर कोतवाल यांना दोन्हीही घटना माहीत असण्याचे काहीही कारण नव्हते. कोल्हापूर संस्थानच्या महाराजांच्या दिवाणांचे एक मजेदार आमंत्रण या वेळी कोतवालांना आले. कॅन्टीनमध्ये तज्ज्ञ व अनुभवी म्हणून कोल्हापूर संस्थानच्या बिघडलेल्या मुदपाकखान्याची अर्थव्यवस्था नीट लावण्यासाठी हे आमंत्रण होते! बिघडलेली कामे नीट करतात ही त्यांची 'कीरत' कोल्हापूरपर्यंत एव्हाना पोहोचली होती. त्याचप्रमाणे मनोहर कोतवाल कोल्हापूरला गेले. तेथे प्रथम दिवाणांना भेटले. त्यांनी वाड्याचे डॉ. खाडे यांना बोलावून घेऊन त्यांची कोतवालांशी ओळख करून दिली. इथल्या भटारखान्यात कुणाचा कुणाशी कसलाच मेळ नव्हता. पदार्थ मोजमापाने कधीच नीट वापरले जात नव्हते. प्रमाणाबाहेर अन्न शिजत होते. वाड्याशी संबंध नसलेले कुणीही ते खात होते. कोतवालांनी आपल्या पद्धतीप्रमाणे प्रथम कोल्हापूर संस्थानच्या भटारखान्यातील अनागोंदी, बेहिशेबी कारभाराची बारीक पाहणी केली. डॉ. खाड्यांकडून पाणी कुठे व कोणामुळे मुरते याची बित्तंबातमी काढली. दिवाणांना सूचना देऊन त्यांनी उभा काटा व आडवा काटा यावरील मालांच्या मोजमापाची काटेकोर शिस्त लावून दिली. संस्थानिक

बेशिस्त भटारखाना आठ दिवसांत सुरात आणून दिला. दिवाण मनोहर कोतवालांच्या करामतीने खूष झाले. म्हणाले, ''चला महाराजांना मुजरा करायला जाऊ.'' खादी कोट, हॅट, पँटधारी कोतवाल कपडे ठीकठाक करून महाराजांच्या दर्शनाला म्हणून सावरून निघाले. राजवाड्यातील बरीच प्रशस्त दालने पार करून ते दिवाणासह एका सुशोभित दालनात आले. तिथे फुलामाळांनी सजविलेला, मोतलगाच्या छताला एक शानदार शिसवी पाळणा मधोमध टांगला होता. त्याच्याकडे बोट करत क्षणात अदबीने कमरेत झुकून पाळण्याला मुजरा करत दिवाणसाहेब म्हणाले, ''कोतवालसाहेब, महाराज आत झोपलेत!'' मनोमन तीनताड उडालेल्या कोतवालसाहेबांनी कोल्हापूरच्या पाळण्यातील महाराजांचे दर्शन घेतले!

ते होते पुढे मशहूर झालेले कोल्हापूरचे महाराज. पाळण्याजवळ चंद्रकली शालू नेसलेली, अलंकाराने मंडित अक्कासाहेब महाराज एका प्रशस्त शिसवी आसनावर बसल्या होत्या.

कोल्हापुरी पांढऱ्या, तांबड्या, रश्श्याची वाड्यावर चव मनसोक्त चाखली. कॉलेजपासून नाटकाची आवड असल्यामुळे आवर्जून ते जयप्रभा स्टुडिओत श्री. भालजी पेंढारकरांचेही दर्शन घेऊन आले. दुसऱ्या दिवशी आंघोळ करून कोल्हापूरच्या प्रसिद्ध महालक्ष्मीचे दर्शन घेऊन मनोहर कोतवाल मुंबईच्या रामरगाड्यात पुन्हा परतले.

आल्या आल्या धारावीला काळा किल्ला विभागात त्यांनी 'गोल्ड फिल्ड लेदर वर्क्स' कामगारांची एक महत्त्वाची बैठक घेतली. हे सर्व कामगार कातडी कमावण्याच्या व्यवसायातील होते. त्यांचे पुढारी होते बबनराव खरात व नाना कांबळे हे धडाडीचे कार्यकर्ते. येथील झुंजार कार्यकर्त्यांच्या चिकाटीचा कोतवालांना पुढे सिल्व्हर टाऊन कंपनीच्या कामात फार उपयोग झाला.

गोल्ड फिल्ड लेदर वर्क्सच्या अत्यंत घाणेरड्या उबग आणणाऱ्या या कंत्राटी पद्धतीखाली मुकाट भरडल्या जाणाऱ्या कामगारांच्या वेदनांकडे लक्ष द्यावेसे कुणालाही वाटले नाही. हे सर्व कामगार दुर्लक्षित होते. सर्व देशाचे अवधान स्वातंत्र्याकडे लागल्यामुळे या हलक्या मानल्या गेलेल्या धंद्याकडे लक्ष द्यायची कुणाचीही तयारी नव्हती.

भारतातील असंघटित कामगारांच्या हिताच्या कार्याची खरे तर ही नांदीच होती. खुद्द मनोहर कोतवाल यांनाच त्याची दखल नव्हती. कोणतीही जाहिरात वा गवगवा करण्याचा त्यांचा स्वभावच नव्हता.

हे असंघटित दलित कामगारांचे जीवन-मरणाचे ऐतिहासिक मोलाचे कार्यच पुढे त्यांच्या हातून घडणार होते, याची त्यांना सुतराम माहिती नव्हती!

१४ एप्रिल १९४४ चा दिस मुंबई बंदरावर कायमचा ठसा उमटविण्यासाठी

उगवला. बंदरातील ब्रिटिश जहाजावर आडव्या, लांबट, तांबड्या फुल्यांचे निळे युनियन जॅक डौलाने फडफडत होते. त्यांना धरून कोळ्यांच्या शेकडो होड्यांच्या डोलकाठ्याही डुलत होत्या. दिवस उन्हाळ्याचे होते. पावसाळ्याला अद्याप दोन महिने बाकी होते. सकाळी आठ वाजल्यापासूनच गोदीच्या अनेक विभागांत काम करणारे कामगार रोजच्या लगबगीने कामावर रुजू झाले होते. एप्रिल हा गोदीच्या ऐन हंगामाचा महिना असल्याने सगळा बंदर किनारा हां हां म्हणता गजबजून गेला. वेगवेगळ्या आवाजाने कुदू लागला.

मालाची चढ-उतार करणाऱ्या क्रेन्स करकरत फिरू लागल्या. वेगवेगळ्या बोटींवर इशारती देणारे भोंगे वाजू लागले. डोक्यावरून पाठींवर उतरलेल्या फड्यावर अवजड गोणी तोलून हातातील हुकाने त्या पेलत गोदी कामगार मालांच्या थप्प्या घामेजत रचू लागले. ते जग विसरले होते. दिवस कासऱ्याने वर चढत होता. एका घटकेतच हजारो धान्यगोणी जहाजावर चढविल्या-उतरविल्या जात होत्या.

दूरवर युरोपात हिटलरने दोस्तराष्ट्रांच्या अनेक देशांतील अनेक मोठमोठ्या शहरांना प्रचंड बॉंब टाकून पोळून काढले होते. तो विजयाच्या दिशेने चढत्या भाजणीने झेपावत होता. युद्धापासून लांब असलेल्या भारताला अद्याप कशाचीच झळ पोहोचली नव्हती. देशात गांधीजींच्या अनुयायांनी, क्रांतिकारकांनी स्वातंत्र्यप्राप्तीसाठी निकराची झुंज मांडली होती.

गोदी कामगारांच्या थाळ्याची ऐन दुपारची वेळ झाली. बरेचसे कामगार भाकरतुकडा खाण्यासाठी निवाऱ्याला गेले. गोदीचे काम थोडेफार थंडावले. मुंबईच्या एप्रिलचे कडक ऊन व सागराच्या लपलपणाऱ्या लाटा यांचे जन्मजात भांडण सुरू झाले. दोन्हीच्या तडाख्यात सापडलेल्या ब्रिटिश बोटी व कोळ्यांच्या होड्यासुद्धा उभ्या उभ्या उन्हाळी डुलकी घेऊ लागल्या. सर्व वातावरणातच थोडासा थकलेपणा, शिणोटा पसरला. मुंबईकर गोदी कामगार आणि मुंबईच्या दर्यातील बोटी व होड्या उन्हाच्या तलखीने उसासे टाकू लागले. एवढ्यात अचानक बंदरासह मुंबई शहर पार हादरवून टाकणारा एक प्रचंड बॉंबस्फोट मुंबई गोदीत झाला! सर्वत्र हाहाकार माजला. कित्येक लोक ठार झाले. लक्षावधीचे मुंबई शहर व शेकडो वर्षांचे ब्रिटिश सरकार या घटनेने पार भेदरून गेले.

याच वेळी ब्रह्मदेशाची सरहद्द धरून नेताजी सुभाषचंद्रांची आझाद हिंद सेनाही भारताच्या सीमेवर इम्फाळमध्ये येऊन धडकली. या सेनेत शाहनवाजखान, सहगल, धिल्लन, जगन्नाथराव भोसले, कॅ. लक्ष्मी तसेच पन्नास हजार आझाद हिंद सैनिकही होते. भारताचे स्वातंत्र्य एकीकडून गांधीजींनी प्रेरणा दिलेला अंतर्गत क्रांतिकारकांचा धडाका, सुभाषबाबूंच्या आझाद हिंद सेनेचे तडाखा व हिटलरचा युरोपभर पेटलेला भडका यांनी उंबरठ्यावर येऊन ठेपले!

अकोल्याहून कोतवालांना वडिलांचे पत्र आले. त्यांनी लिहिले होते- 'येथील घरदार व शेती यांची विल्हेवाट लावून मी चि. विनायकबरोबर जबलपूरला जात आहे. पुढील पत्रे जबलपूरला त्या पत्त्यावरच पाठवत चल. आम्ही दोघांनी अकोला कायमचे सोडले आहे.' मनोहर कोतवाल हातातील त्या पत्राकडे विचारमग्न होऊन कितीतरी वेळ बघतच राहिले. त्यांना फार फार जाणवले की, आपण एकदा अकोला सोडले ते फारच थोड्या वेळा त्या भूमीकडे परत जाऊ शकलो. पायांना जीवनचक्र लागल्याप्रमाणे मी व विनायक कुठच्या कुठे येऊन थडकलो!

अकोल्यातील जठारपेठेतील घर व छोटीशी शेती त्यांच्या डोळ्यांसमोर कितीतरी वेळ तरळत राहिली. तेथील रघुभैया, बाबू कांबळे, धोबीण राधा यांच्या प्रेमळ मुद्रा डोळ्यांसमोर उभ्या राहिल्या. आई सरस्वतीबाईंची प्रेमळ, शांत मुद्रा आठवताच तर गलबलून आले. तिने दिलेल्या 'आई राजा उदं' या घोषातील जोगव्याचा संस्कार त्यांच्या मनाच्या गाभाऱ्यातून निनादून उठला. वडिलांची करारी, निर्धारी पण प्रेमळ मुद्रा आठवताच ते थोडे सावरले.

जठारपेठेतील त्या चिमुकल्या, टुमदार घराशी त्यांच्या व आता कर्नल झालेल्या विनायकराव कोतवाल यांच्या किती किती आठवणी जुळल्या होत्या. दोघाही भावांनी आपल्या वडिलांना शेती व घराचे तुम्ही काय करणार हे कधीही विचारलेच नव्हते.

राम-लक्ष्मणासारखी विनायक व मनोहर ही मुले जीवनाच्या वाटेवर चालताना डोळ्यांआड झाली, तसे वकील गोपीनाथपंत व सरस्वतीबाई यांना आता उतारवयात अकोल्यात राहणे अवघड झाले. त्यांनी निर्णय घेतला. सड्याफटिंग मनोहरकडे जाण्याऐवजी विवाहित विनायककडे जबलपूरला जायचे. मनोहर आता त्या तिघांपेक्षा आपल्या मठामुळे भूमिगतांचा, कामगारांचा व समाजाचा होत चालला.

अलीकडे कोतवालांना फार फार खोलवर जाणवत होते की, आपण या टी बोर्डाच्या नोकरीत उगाच खितपत पडलो आहोत. देशभर अन्यायाचा अजस्र वरवंटा फिरविणाऱ्या या गोऱ्या सरकारच्या नोकरीच्या जोखडात अडकून पडलो आहोत. फेकून द्यावे हे जोखड! मुंबई इलाखाभर आता सर्व क्षेत्रांतील कामगारांची चांगलीच ओळख झाली आहे. एकतर त्यांच्यासाठी जीवन झोकून देऊन काहीतरी करावे किंवा जयप्रकाश, साने गुरुजी यांच्या स्वातंत्र्यलढ्यात इतरांसारखे उघड उघड दाखल व्हावे.

अशातच त्यांना विचार करायला लावणारी एक जबरदस्त घटना मुंबई बंदरात घडली. एव्हाना पी. डिमेलो हे गोदी कामगारांचे सर्वांत प्रिय व आघाडीचे नेते झाले होते. त्यांची काम करण्याची पद्धतच कामगारांच्या काळजाला थेट हात घालणारी होती. कामगारांच्या पायात काटा खुपला की डिमेलोंच्या डोळ्यात चटकन पाणी उभे राही. लढ्यासाठी त्यांचे बाहू फुराहुरू लागत. कामगारांच्या जीवनाची त्यांची पाहणी

एवढी खोलवरची होती की, इतरांना सहजी दिसणार नाहीत अशा कामगारांच्या अडचणी डिमेलोंना पटकन स्पर्शून जात.

आपल्या गोदी कामगार संघातील जी. एच. काळे, एस. आर. कुलकर्णी, के. ए. खान, झाबवाला, मराठे, वामनराव कुळकर्णी अशा सहकाऱ्यांचे एका बारीक गोष्टींकडे त्यांनी ध्यान वेधले. गोदीत कामगारांना हजारो टन कच्च्या मॅंगनीजचे दगड जहाजावर चढवावे-उतरवावे लागत. ते उन्हाने सणकून तापत. त्यांच्यावर बसलेली धूळ ते हाताळताना कामगारांच्या नाकातोंडात जाई. त्याला फुफ्फुसाचा विकार होई. पुढे तो क्षयाचे रूप धारण करी. हे थांबविण्यासाठी गोदीतील मॅंगेनीजवर प्रथम पाण्याचे फवारे मारणे आवश्यक होते. तसेच कामगारांना हे काम करताना संरक्षक मुखवटे देणे आवश्यक होते. त्याचप्रमाणे गोदीतील कामगारांचे निश्चित तास ठरविणेही त्यांच्या हक्कासाठी तितकेच आवश्यक होते. म्हणजेच प्रत्येक वॅगनचा विशिष्ट दर ठरविणे आवश्यक होते.

डिमेलोंनी बैठक घेऊन आपल्या साथीदारांना हे पटवून दिले आणि आपल्या जीवनातील पहिला संप गोदीत छेडला! गोदीसारख्या मोक्याच्या जागी हा संप सरकारची बंधने झुगारून करण्याचे धाडस फक्त डिमेलोच करू जाणे. कामगारांनीही त्यांना साथ दिली. कोंडीत सापडलेल्या ब्रिटिश सरकारने कामगारांच्या मागण्या हताशपणे मान्य केल्या. डिमेलोंचा हा संप यशस्वी झाला. या यशामुळे गोदी कामगारांचा कामगार संघावर केवढा तरी विश्वास बसला.

तिकडे युरोपात हिटलरने त्याच्या दृष्टीने एक सर्वांत मोठी ऐतिहासिक घोडचूक करून ठेवली. त्याने शांत असलेल्या रशियावर अचानक आक्रमण केले. रशियाच्या शूर जनतेने चिवट झुंज देऊन त्याला रशियात जबरदस्त किंमत मोजायला लावली. लेनिनग्राडच्या रशियन स्त्री-पुरुषांनी दिलेली कडवी झुंज आजही इतिहासात गौरविली जाते. याच दरम्यान फ्रान्समध्ये नॉर्मंडी बंदरात दोस्तराष्ट्रांनी प्रचंड जहाजी तांड्याने हिटलरला पराभवाचा पहिला तडाखा दिला. पाठोपाठ त्याला रशियातून माघार घ्यावी लागली. याची चीड येऊन जर्मनीशी तह केलेल्या जपानने अमेरिकेच्या पर्ल हार्बरवर भयानक, बेछूट बॉंबहल्ला करून ते बंदर उद्‌ध्वस्त केले. परिणामी अमेरिका, इंग्लंड, फ्रान्स या दोस्तराष्ट्रांची गुप्त शिखर परिषद भरली. काही एक निर्णय पक्का झाला आणि पुरे जग हादरवून टाकणारी भयानक अणुबॉंबची पहिली फेक दोस्तराष्ट्रांनी जपानच्या हिरोशिमा आणि नागासाकी या शहरांवर केली. शब्दशः लाखो जपानी नागरिक कापरासारखे काही क्षणांतच जळून गेले. या बॉंबहल्ल्याने हां हां म्हणता हादरलेल्या जपानने संपूर्ण शरणागतीच पत्करली. पाठोपाठ हीच योग्य संधी साधून अमेरिकेचे आयसेन हॉवर, रशियाचे झुकॉव्ह, ब्रिटनचे मॉंटगोमेरी अशा सरसेनापतींनी जर्मनीवर चहूबाजूंनी लष्करी निर्वाणीचा हल्ला चढविला. एक एक

करत हिटलरच्या कडव्या जर्मनी फौजेचे मोर्चे मोडून काढले. खुद्द हिटलर बर्लिन शहरात एका भुयारात एकाकी पडला.

१९३९ सालापासून सुरू झालेले भयानक असे, जगाच्या तोंडचे पाणी पळविणारे, मानवी मूळ हक्कांचे क्रूरपणे समूळ उच्चाटन करणारे चांगली सहा वर्षे भडकलेले दुसरे जागतिक महायुद्ध एकदाचे संपले! साऱ्या जगाने सुटकेचा निःश्वास टाकला.

या महायुद्धात दोस्तराष्ट्रांचा विजय झाल्याने इंग्लंड खूश झाले होते. भारतातील ब्रिटिश सरकारने त्यासाठी कैदेत कोंडलेले एक एक देशभक्त व क्रांतिकारक सोडायला सुरुवात केली. पहिल्या दर्जाचे थोर देशभक्त, ज्यांमध्ये गांधी, नेहरू, पटेल, आझाद असे नेते होते, ते प्रथम मुक्त करण्यात आले. त्यांच्या पाठोपाठ दुसऱ्या फळीतील जयप्रकाश नारायण, लोहिया, नरेंद्र देव, अच्युतराव असे नेतेही सुटले.

महाराष्ट्रात अटक झालेले देशभक्त सुटले. भूमिगत असलेले प्रकट झाले. त्यांत क्रां. नाना पाटील, यशवंतराव चव्हाण, एस. एम. जोशी, ना. ग. गोरे, नाथ पै, साने गुरुजी, वसंतदादा पाटील, पीटर अल्वारिस, मधू दंडवते, काका गाडगीळ, केशवराव जेधे असे नेते मुक्त झाले. क्रां. नाना पाटलांची तर लोकांनी नगरमध्ये शंभर गाड्या जोडून भव्य मिरवणूक काढली.

या लहान-थोर नेत्यांच्या सुटकेने उभा देश पुन्हा चैतन्याने सळसळून उठला. युद्धकाळाने मरगळलेल्या स्वातंत्र्यलढ्याला पुन्हा तेज आले. १९४५ सालापासून विशेषतः महाराष्ट्रातील मुंबई शहरात व बंगालमधील कलकत्त्यात कामगार चळवळीने अंगावरील वर्षानुवर्षाची कात झटकून टाकली. नवे रूप धारण करायला सुरुवात केली.

१९४५ सालानंतर कामगार चळवळीत तीन ठसठशीत विचार कार्यरत झाले. त्यांतील पहिला विचार होता तुरुंगातून नुकत्याच सुटून आलेल्या उमेदीच्या तरुण देशभक्तांचा. हा विचार समाजवादी धारणेचा होता. यात जयप्रकाश नारायण, एस. एम. जोशी, लोहिया, नानासाहेब गोरे, अच्युतराव पटवर्धन, साने गुरुजी, बॅ. नाथ पै असे प्रमुख होते. दुसरा विचार होता तो साम्यवाद्यांचा. यात श्री. डांगे, मिरजकर, रणदिवे, गुलाब गणाचार्य, एस. वाय. कोल्हटकर, के. नी. व आंबुताई जोगळेकर, सुळे, चिटणीस, घुमे असे अनेक कामगार पुढारी होते. कॉ. जोगळेकर यांनी या काळात मार्क्सवादावर खूप प्रबोधन केले. आंबूताईंनी तर ट्रेड युनियनचा कसून अभ्यास केला. तिसरा विचारप्रवाह होता तो राष्ट्रीय काँग्रेसचा. यात होते स. का. पाटील, बिडेश कुलकर्णी, आंबेकर, त्रिवेदी, शर्मा, इत्यादी.

भारताचे स्वातंत्र्य तर आता सर्व भारतीयांच्या नजर टप्प्यातच उंबरठ्यावर आले होते. १९४६ या वर्षाने मनोहर कोतवालांना वैचारिकदृष्ट्या पुरते घुसळून काढले.

देशही पारतंत्र्याची धूसरता संपवून स्वातंत्र्याच्या पहाटेपर्यंत आला होता. लोकसेनेच्या कामकाजाबाबत कोतवालांचे व अनेक कार्यकर्त्यांचे आचार्य अत्र्यांशी मतभेद सुरू झाले. त्यामुळे अत्र्यांचा लोकसेनेशी असलेला संबंध सुटला. परंतु त्यांच्याशिवाय श्री. कोतवाल यांनी श्री. भालचंद्र पडवळ, तात्या सुळे, वसंत गुप्ते, मोरेश्वर उपाध्ये यांच्या सहकार्याने लोकसेनेचे काम पुढे कितीतरी दिवस चालविले. हे करताना लोकसेनेचे कामगार चळवळीची ओढ असलेले उत्तम कार्यकर्ते श्री. पुरव, राजे, बंडा पुरंदरे इत्यादींची कुचंबणा होत आहे हे त्यांना फार जाणवले. लोकसेनेचा फायदा होत होता तो फक्त कम्युनिस्टप्रणीत कार्यकर्त्यांना समाजवादी विचाराचे कार्यकर्ते बगलेला पडत होते.

कोतवाल आता फक्त रात्रंदिवस एकाच गोष्टींचा विचार करू लागले- टी बोर्डाची नोकरी केव्हा सोडायचा, पूर्ण वेळ कामगार चळवळीला केव्हा द्यायचा, कामगारांच्या हिताच्या लहानथोर कामासाठी स्वतःला पूर्णपणे केव्हा झोकून द्यायचे, त्यांचा हा निर्णय फक्त त्यांनी एकट्यांनीच घ्यायचा होता. त्यासाठी त्यांचा जोरदार आंतरिक, वैचारिक संघर्ष सुरू झाला. बोर्डाचे गुप्तासाहेब त्यांच्या कामावर बेहद्द खूष होते. या वेळी त्यांना बढतीही मिळणारच होती.

अशातच बोर्डाला पुण्यात एका चांगल्या अधिकाऱ्याची गरज भासू लागली. कोतवालांना गुप्तासाहेबांनी पुण्याला पाठविले. नोकरीच्या निमित्ताने त्यांचा पुण्याला हा पहिला मुक्काम होता. त्यासाठी त्यांनी नाना पेठेत एक खोलीही घेतली.

इथे असलेले मोती चौकातले नानूकाका कोतवाल आणि रास्ता पेठेतील डॉ. गोपाळराव रणदिवे यांच्या आता वरचेवर भेटी होऊ लागल्या. नानूकाका पूर्वीपासूनच जिव्हाळ्याचे व जवळचे होते.

सुमारे वर्षभर कोतवाल पुण्यात राहिले. त्यांनी खडकीला सारख्या फेऱ्या मारल्या. तेथील प्रसिद्ध ॲम्युनिशन फॅक्टरीत बोर्डाचे सुसज्ज कॅन्टीन सुरू केले. ही फॅक्टरी आशिया खंडात पहिल्या क्रमांकाची आहे. त्यामुळे गुप्तासाहेबांनी खूश होऊन कोतवालांना लागलीच मुंबईला बोलावून घेतले. त्यांच्या कानावर बढतीचा निर्णय घातला.

मुंबई या वेळी गाजत होती ती खलाशांनी सरकारविरुद्ध पुकारलेल्या बंडामुळे. सरकारने हे बंड नेहमीप्रमाणे अघोरी उपाय योजून मोडून काढले. या वेळी मुंबईत जयप्रकाश नारायण व लोहिया यांची काही विचारपरिप्लुत व्याख्याने कोतवालांना ऐकायला मिळाली. त्यामुळे ते फार प्रभावित झाले. निवडून वाचायची सवय तर त्यांना पूर्वीचीच होती. या काळात त्यांनी प्रामुख्याने म. गांधींचे सत्याचे प्रयोग, टॉलस्टॉय व कार्ल मार्क्स यांची पुस्तके बारकाव्याने वाचून काढली. त्यांतील विचारांचा कोतवालांच्या मनावर सखोल परिणाम झाला.

पूर्ण विचारांती त्यांनी मनोमन पक्का निर्धार केला- टी बोर्डाच्या नोकरीचा राजीनामा देण्याचा- पूर्णतः कामगार चळवळीला वाहून घेण्याचा.

अशातच पुन्हा नोकरीचे एक प्रलोभनही त्यांच्यासमोर उभे ठाकले. पूर्वी कधीतरी टी बोर्डाने त्यांच्या नावाची पब्लिक सर्व्हिस कमिशनकडे शिफारस केली होती. त्यानंतर कोतवालांनी बिनतोड मुलाखतही दिली होती. त्यामुळे कंट्रोलर ऑफ हॉटेल अँड लॉजिंग हाऊस या प्रथम वर्गाच्या खासगी जागेच्या नेमणुकीची ऑर्डरच त्यांना आली. ती वाचून एक-दोन दिवस पुन्हा विचारात पडले. शेवट पक्क्या निर्धाराने त्यांनी ती ऑर्डर फाडली. कचऱ्याच्या पेटीत तीही फेकून दिली. मनाशी ठाम निर्णय घेतला. आता शेंडी तुटो-पारंबी तुटो फक्त कामगार जगत आणि त्यांचेच प्रश्न!

पूर्वी नोकरीसाठीच स्वहस्तेच एकदा त्यांनी लफ्फेदार इंग्रजीत अर्ज खरडून तो अंडरवूडसाहेबाला दिला होता. आता तसाच त्यांनी आपला राजीनामाही स्वहस्तेच खरडला. तो श्री. गुप्तासाहेबांच्या हातावर निर्धाराने टिकविला. हे साल होते १९४७.

गेली अनेक वर्षे तारेवरची कसरत करायला लावणारी गुलामगिरी एकदाची संपली. आता मनोहर कोतवाल आपल्या प्रिय कामगारांसाठी काया-वाचा-मने करून पूर्ण मुक्त झाले. कामगारांची हाक कानावर येताच मुंबईत, महाराष्ट्रात, देशात आणि प्रसंगी जगात कुठेही धावून जायला पूर्ण अधिकारी झाले.

शिक्षक कोतवालांचा टी बोर्डाच्या अंडरवुडसाहेबाने एका कुचंबल्या क्षणी 'चहाचा प्रचारक' केला होता. आपल्या अक्कलहुशारीने कोतवालांनी त्या प्रचारकाचा छुपा स्वातंत्र्यसैनिक केला होता. नुकतेच दुसरे महायुद्ध संपून गेले होते. संपूर्ण देश ढवळून काढणार ४२चा लढा संपला होता. देश, स्वातंत्र्याच्या तोंडावर येऊन थडकत होता. सहवासात आलेल्या समाजवादी दिग्गजांच्या प्रभावामुळे मनोहर कोतवाल आता कामगार आघाडीवरचे एक विचारपूर्वक वाहून घेतलेले उमदे नेतृत्व होते. मुंबईतल्या कामगारांच्या सदैव खवळलेल्या महासागरात त्यांना आपल्या नेतृत्वगुणांचे जहाज एकट्यानेच हाकारायचे होते. या वेळी त्यांचे वय होते ३२ आणि समोर होता मुंबईत पसरलेल्या कामगारजीवनाचा अथांग महासागर!

आपल्या कार्याचा प्रारंभ म्हणून कोतवालांनी धारावीतील कामगारांच्या मदतीने तेल (ऑईल) मजदूर युनियनची स्थापना केली. हा त्यांच्या जीवनप्रवाहातील पहिला-वहिला कामगार संघ होता. तात्या सुळे यांच्या मदतीने स्थापन झालेल्या या संघाचे पहिले लाभाचे अध्यक्ष झाले ते धाकूबुवा. चिटणीस झाले श्री. अमृत आगासकर.

हा कामगार संघ स्थापन होताच सुमारे शंभरावर सभासद असलेल्या या तेल मजदुरांच्या रोजच्या अडचणी कोतवालांनी प्रथम बारकाव्याने निरखून घेतल्या. त्यांना

पगार खूप तुटपुंजा होता. त्यांचे काम होते मशिनला लागणारे वंगणाचे तेल तयार करून त्याचे डबे भरणे. 'सिल्व्हर टाऊन' या कंपनीमार्फत त्यांची मुंबई शहरात विक्री करणे. कंपनीचे मात्र आपल्या या कामगारांकडे काडीमात्रही लक्ष नव्हते. हे तेल मजदूर दिवसभर न थकता आपले काम करत. संध्याकाळी त्यांचा अवतार थेट तेलाने माखलेल्या जगदंबेच्या भोप्पासारखा दिसे! त्यांना कपड्यालत्त्याची, रजा-सुट्टीची, वैद्यकीय मदतीची कसलीच सोय नव्हती. ते माणूस नव्हतेच! राबत होते बापडे गणपत वाण्याच्या तेलाच्या घाण्याच्या बैलासारखे!

या मजुरांत काम करताना कोतवालांनी सर्वप्रथम एक अलिखित नियम स्वतःसाठी घालून घेतला. कामगारांचे मन जिंकायचे असेल तर त्यांच्या घरातील लग्न, बारसे, मयत याला न चुकता हजर राहिले पाहिजे. यासाठी या पहिल्याच संघाच्या बांधणीत मदत करणाऱ्या बबनराव खराताच्या लग्नकार्याला ते धारावीला जाऊन आले.

१९४७ साली नोकरी सोडल्यानंतर जे काही प्रॉ. फंडाचे पैसे मिळाले, त्यातून त्यांनी ट्रेडल छपाई यंत्रही खरेदी केले. ते पाम व्ह्यूमध्ये आणून ठेवले. स्वतः कंपोझिंगचे काम शिकून घेतले. कुठलाही प्रसंग आला तरी आर्थिक कारणासाठी हात पसरावे लागू नयेत हा त्यांचा त्यामागे विचार होता. पूर्वी १९४२ च्या चळवळीत भूमिगतांसाठी त्यांनी चहा व तांदूळ विकून पैशाची जोडणी केली होती. या वेळी प्रसंगी छापखाना चालवायचा, युनियन, सहकारी सोसायट्या यांची पावती-पुस्तके छापून उदरनिर्वाह करायचा निर्धार त्यांनी मनोमन केला होता.

धारावीतील कामगारांशी मेळ जमताच मनोहर कोतवालांनी आपल्या तेल (ऑईल) मजदूर संघाच्या कामगारांची एक बैठक राणीच्या बागेत बोलावली. त्यांच्यासमोर त्यांचे चाललेले गुलामासारखे जीवन आपल्या प्रभावी शब्दांत चांगले तासभर हुबेहूब उभे केले. सर्व कामगारांच्या ते मनाला जाऊन भिडले. बैठक चांगली दोन तास चालली. धाकूबाबूंच्या सहीने तेल मजदूर कामगारांच्या मागण्यांचा एक मसुदा तयार झाला. तो सिल्व्हर टाऊन कंपनीच्या मालकांकडे पाठविण्यात आला.

चांगले आठ दिवस सर्वांनी वाट पाहिली. सिल्व्हर टाऊनचा मालक काही ढिम्म हलायला तयार नव्हता. त्याला कोतवालांनी धाकूबाबूंच्या सहीने निर्वाणीची समजही दिली. मालकाने ती न जुमानता ताठर भूमिका घेतली. तो खासगीत म्हणाला, 'पाहिजे असेल तर राहतील हे घाण्याचे बैल. नाहीतर जातील फुटत. मी एक छदामही त्यांना जादा देणार नाही!'

झाले! पडघमवर टिपरी पडली. मनोहर कोतवाल यांनी आपल्या कामगार जीवनातील पहिलावहिला संप पुकारला!!

आठ दिवस गेले, पंधरा दिवस गेले, महिना झाला. मालक काही तसूभरही हलायला तयार नव्हता. तेल मजदुरांत चुळबूळ सुरू झाली. दीड महिना झाला.

ढेपाळलेला एक एक मजूर सिल्व्हर टाऊन कंपनीत पुन्हा कामावर जाऊ लागला. दोन महिने झाले आणि कसलीही मागणी मंजूर न होता कोतवालांच्या आयुष्यातील पहिलाच संप पार बारगळला! साफ तोंडघशी आदळला!!

हे बरेच झाले. कोतवाल या संपामुळे स्वतःसाठी एक धडा नमनालाच शिकून गेले. तो हा की, संप सुरू करतानाच तो चालू ठेवण्याची कामगारांची कितपत कुवत आहे याचा प्रथमच विचार केला पाहिजे. कोतवालांच्या कामगार जीवनाचा श्रीगणेशा हा असा जबरदस्त नकाराने सुरू झाला. या नकाराने त्यांना पुढील वाटचालीसाठी एक चांगलाच शुभदायी ओंकार मिळाला! लवकरच त्यांनी एक नव्हे चांगले दोन कामगार संघ स्थापन केले. त्यातला एक होता मिठागर कामगार संघ व दुसरा होता छोई सिल्क कामगार संघ.

सिल्व्हर टाऊन कंपनीच्या जीवनातील पहिल्याच संपाच्या सपशेल अपयशाने मनोहर कोतवाल आपल्या पाम व्ह्यूवर विचारांत गढून गेले होते. मध्येच समोरच्या टीपॉयवरच्या कॉफीचा घुटका घेत होते. हातांतील पुस्तकात काही केल्या त्यांचे मन रमत नव्हते. या वेळी नेमका धाडल्यासारखा अमृत आगासकर हा चिटणीस घरी आला. कोतवालांना आग्रहाने म्हणाला, "कोतवालसाहेब, माझी एक फार दिवसांची इच्छा आहे. तुम्ही एकदा दिनकरराव देसाई साहेबांना भेटावे. ते बी.पी.टी. रेल्वेमन्स कामगार संघ चालवितात. त्या संघाचे अध्यक्षच ते आहेत. 'सर्व्हंटस् ऑफ इंडिया' सोसायटीचे सन्माननीय आजीव सदस्य आहेत. फार मान आहे त्यांच्या शब्दाला गोदीत. ना. गोपाळ कृष्ण गोखले यांचे विश्वासू कार्यकर्ते आहेत. कामगार नेते ना. म. जोशी यांचे जिव्हाळ्याचे मित्र आहेत. तुमच्यासारखेच नेहमी काही ना काही पुस्तक वाचत असतात. मी ऐकलं आहे की ते कानडीत कविताही करतात. त्यांची भेट, ओळख व मैत्री तुम्हाला नक्कीच आवडेल. येताय का माझ्याबरोबर? जाऊ या रेल्वेमन्स कामगार संघाच्या काळ्या चौकीतल्या ऑफिसात?"

कोतवालांनी तेल मजदूर संघाच्या चिटणीस अमृत आगासकरांकडे नखशिखान्त न्याहाळून पाहिले. त्याला काय बोलावे हे क्षणभर त्यांना सुचलेच नाही. बोलायचे म्हणून ते काहीतरी म्हणाले, "अमृत, मला त्यांची किंवा त्यांना माझी ओळख आवडेल की नाही हा भाग नंतरचा. मी घरात बसून विचार कर करून पार वैतागलोय. चल, तुझ्याबरोबर येतो. थोडे पाय तरी मोकळे करू!"

डेस्टिनी आपले काम करू लागली! आगासकर आणि कोतवाल पाम व्ह्यूवरून बी.पी.टी. रेल्वेमेन्स युनियनच्या ऑफिसात आले. अमृतने कोतवालसाहेबांची दिनकररावांशी ओळख करून दिली.

प्रथम या भेटीत ते दोघेही भरभरून बोलले ते भारताच्या स्वातंत्र्यावर. दोघांनाही एकमेकांच्या विचारची लय पहिल्या भेटीतच पटून गेली. मनोहर कोतवालांना

अंतर्यामी सखोल जाणवले की बी.पी.टी. रेल्वेमेन्सच्या कामगारांशी आपला दृढयोग जुळून येणार. या कामगार संघाचे पूर्ण नाव 'बाबे पोर्ट ट्रस्ट रेल्वेमेन्स युनियन' असे होते. यातील कामगारांचे काम होते गोदीतील सहा मैल लांबीच्या रेल्वे पटरीने मालाची वाहतूक करणे. ही रेल्वे पोर्ट ट्रस्टच्या मालकीची होती. या भेटीचा योगायोग नियतीने चांगलाच घडवून आणला होता. लवकरच दिनकरराव देसाईंनी बी.पी.टी. रेल्वेमेन्स कामगार संघाच्या सरचिटणीसपदाची जबाबदारी श्री. कोतवाल यांच्यावर सोपविली. तसेच नॅशनल युनियन ऑफ सी फेअरर्स (एनयूआय) या जहाजावरील खलाशांच्या कामगार संघाचीही जबाबदारी त्यांच्यावर टाकण्यात आली. या संघामुळे त्यांचा गोदीशी संबंध येत राहिला.

या वेळी तिकडे गोदीत पी. डिमेलो यांनी गोदी कामगारांच्या जीवनातील अत्यंत महत्त्वाच्या प्रश्नाला सामोरे ठेवून एक संप छेडला. यात प्रमुख मागणी होती ती गोदी कामगारांना पिळून काढणारी 'कंत्राट पद्धती' समूळ नष्ट करावी ही.

इथेच नीट समजून घेतले पाहिजे की गोदी म्हणजे काय, तेथील कामगारांच्या जीवनाचे स्वरूप काय असते, त्यांची संस्कृती काय असते, गोदीचे कामकाज कसे चालते, कंत्राट पद्धती म्हणजे काय... गोदी आणि गोदी कामगारांचे हे जीवन देशपरत्वे थोड्याफार फरकाने एकच असते.

भारतात कुणाचे नव्हते ते पी. डिमेलो यांचे लक्ष गेले ते नेमके या कंत्राटदारांनी वर्षानुवर्षे चालविलेल्या गोदी कामगारांच्या स्वार्थी व अमानुष पिळवणुकीकडे.

स्फोटानंतर डिमेलोंनी केलेल्या कामगारांच्या सर्व प्रकारच्या मदतींमुळे त्यांचा आता गोदीत, कामगारांत चांगलाच प्रभाव पडला होता. मॅंगेनीजच्या संपामुळे व त्यांच्या यशामुळे हजारो कामगार विश्वासाने त्यांच्या पाठीशी खडे ठाकले होते. हेच कारण होते की युद्ध संपताच डिमेलोंनी हा गोदीच्या इतिहासातील महत्त्वपूर्ण असा कंत्राटी पद्धतीविरुद्ध संप छेडला होता. यासाठी त्यांनी त्या वेळचे मजूर मंत्री डॉ. बाबासाहेब आंबेडकर यांची आपले सहकारी श्री. काळे, मराठे खान, एस. आर. कुलकर्णी, एस. जी. जोशी यांच्यासह भेट घेतली होती. ही अमानुष कंत्राट पद्धती मोडून काढण्यासाठी त्यांचे मार्गदर्शनही घेतले होते.

नऊ दिवसांचा हा संप डॉक मॅनेजर श्री. विल्यम्स व डिमेलो यांच्यात एक चमत्कारिक करार होऊनच संपला. विल्यम्स यांचे म्हणणे होते, गोदी कामगारांच्या सर्व मागण्या मान्य करू. कंत्राट पद्धती बंद करू. त्यासाठी फक्त एकच अट आहे. श्री. डिमेलो व त्यांचे मित्र खान यांनी पोर्ट ट्रस्टच्या नोकरीचा प्रथम राजीनामा दिला पाहिजे! नोकरीत राहून कामगार चळवळ करता येणार नाही. ही अट म्हणजे नेत्यांना कामगारांपासून तोडून त्यांना भुके मारण्याची कुटिल चाल होती. पण डिमेलो व खान डगमगले नाहीत. त्यांनी कामगारहितासाठी स्वतःचे राजीनामे दिले! पुढे त्यांनी

कामगार चळवळीलाच वाहून घेऊन डॉक मॅनेजरचा डाव त्यांच्यावर परतविला. डिमेलोंच्या या संपाने गोदी कामगारांसाठी पहिली 'कामगार निवडपरिकरण समिती' (Decasualization Committee) स्थापन झाली. हीच ती प्रसिद्ध 'जोशी समिती' होय. 'निवडपरिकरण' अर्थात डिकॅज्युलायझेशन म्हणजे काय? तर आजवर कामगार जो कसलेही संरक्षण नसल्यामुळे अधांतरी व उपरा होता, त्याचे निराकरण झाले कंत्राट पद्धती बंद होऊन त्याला त्याच्या मजुरीची एक शाश्वती मिळाली. भारतीय गोदी कामगारांच्या इतिहासात कंत्राट पद्धती रद्द करणे ही अत्यंत महत्त्वाची कामगिरी डिमेलो यांच्या नावावर सदैव नोंदली जाईल.

इकडे बी. पी. टी. रेल्वेमन्स युनियनचे सरचिटणीस म्हणून मनोहर कोतवाल वेगवेगळ्या उपायांनी कामगारांचे संघटन बांधू लागले. या कामगार संघाचे ऑफिस होते काळाचौकी येथे. बहुतेक कामगार उत्तर प्रदेशातील होते. त्यांची भोजपुरी भाषा त्यांना जीव की प्राण होती. कोतवालांनी यासाठी प्रथम तात्पुरती भोजपुरी भाषा शिकून घेतली. नंतर वडाळा भागात नौटंकीचा (तमाशाचा) एक कार्यक्रम घडवून आणला. त्याला बी. पी. टी. कामगारांचा प्रचंड प्रतिसाद मिळाला. मध्यंतराच्या वेळात कोतवालांनी दहा मिनिटे कामगारांसमोर भोजपुरी हिंदी भाषणही केले. त्यामुळे कामगार खूश झाले.

या बी.पी.टी. कामगार संघाची जी कामे कोर्टदरबारी होता, ती मार्गी लावण्यासाठी कोतवालांचा एका हुशार वकिलाशी या वेळी दोस्ताना झाला. त्याचे नाव होते श्री. एन. व्ही. फडके, फडकेसाहेब कायद्याच्या पुस्तकांचा गाळीव अर्क जसे काही कोळून प्यायले होते. कायदा कसा कलमवार त्यांच्या जिभेवर नाचत असे. कधी कोर्टाच्या आवारात, कधी लोकलमध्ये, कधी कॅन्टीनमध्ये मनोहर कोतवाल व एन. व्ही. फडके यांची कामगारांच्या कायद्याचा कीस पाडणारी चर्चा तास न् तास चाले. या वेळी त्यांना दुरून बघणे मोठे मजेचे असे. दोघेही भोवतीचे जग साफ विसरून गेलेले असत. या आधी काही काळ फडकेसाहेब बेस्ट कामगार संघटनेचे जनरल सेक्रेटरी होते.

या बी.पी.टी. कामगारांमध्ये वैचारिकदृष्ट्या दोन स्पष्ट तट होते. हे दोन तट गोदीचे कायदे व रेल्वेचे कायदे याबाबत पडले होते. बी.पी.टी.च्या स्टाफला पाहिजे होते गोदीचे कायदे, तर कामगारांना पाहिजे होते रेल्वेचे कायदे. थोडक्यात हे धुवट कारकून व घामट कामगार यांचे फार काळ चाललेले, न मिटणारे जुने भांडण होते. दिनकर देसाई व ना. म. जोशी हा झगडा मिटविण्याचा आटोकाट प्रयत्न करीत होते. यश येत नव्हते. दोघांनीही हा झगडा मिटविण्याचा विचारच सोडून दिला होता.

चांगले दीडशे वर्षे कुचंबलेले, भारताने वर्षानुवर्षे आटापिटा केलेले देशाचे स्वातंत्र्य आता ऐन अंगणात आले. भारतात दिल्ली, कराची येथे व तिकडे

लंडनमध्ये आरे कमालीच्या गतीने फिरू लागले. ४ जुलै १९४७ रोजी लंडनच्या ब्रिटिश संसदेत हिंदी स्वातंत्र्याचे विधेयक दाखल झाले. १८ जुलैला कायदा पास झाला. त्यात ठरले की १५ ऑगस्ट १९४७रोजी हिंदुस्थान व पाकिस्तान ही दोन स्वतंत्र राष्ट्रे जन्माला येतील. त्यामुळे जूनपासूनच देशात हिंदू-मुसलमानाच्या जातीय चकमकी सुरू झाल्या. 'मी जिवंत असेपर्यंत देशाचे विभाजन कदापि होऊ देणार नाही. माझ्या तुकड्यानंतरच देशाचे तुकडे होतील!' असे उद्गार महात्मा गांधींनी काढले. त्यासाठी त्यांनी आमरण उपोषण जाहीर केले. त्याला मुस्लिम नेते बॅ. जीना व त्यांचे सहकारी यांनी काहीच धूप घातला नाही. त्यांनी कठोर धर्मांधपणे पाकिस्तान या वेगळ्या राष्ट्राची व ते चालविण्यासाठी बावन्न कोटी रुपयांची मागणी घातली. त्यासाठी बेफाट वक्तव्ये करून मुस्लिमांचा कडवा धार्मिक अहंकार फुलविला. परिणामी देशभर उग्र जातीय दंगे उसळले. शेवटी हताश झालेल्या गांधींनी उपोषण मागे घेतले. पाकिस्तानला वेगळे होऊन बावन्न कोटी रुपये देणे मान्य केले. ब्रिटिश सरकारने अधिकार दिलेल्या लॉर्ड माऊंटबॅटन यांनी सत्तांतराची योजना तयार केली. ३ जून १९४७ला ती संसदेला सादर केली.

ठरले! भारत स्वतंत्र होणार! पण हेही ठरले की पाकिस्तान हे वेगळे मुस्लिम राष्ट्र याच वेळी जन्माला येणार! उभा देश एकीकडे स्वातंत्र्याच्या ओढीने व दुसरीकडे जातीयवादाच्या जागोजाग पेटलेल्या भयानक उद्रेकांनी अंगभर थडथडू लागला. देशात एक अभूतपूर्व परिवर्तन येऊ घातले. कामगार हा देशाचाच अविभाज्य भाग असल्यामुळे त्याचेही परिवर्तन यामुळेच होणार होते. ते कसे होईल, त्याचे स्वरूप काय असेल, त्याची नेमकी दिशा कोणती असेल, त्यासाठी त्याला किती बलिदान मोजावे लागेल, याबद्दल या क्षणी कोणालाच काहीही सांगता येणे शक्य नव्हते.

शेवटी ती १४ ऑगस्ट १९४७ची मध्यरात्र जवळ आली! दिल्लीचे संसद सदन मध्यरात्रीही खचाखच भरून गेले. घड्याळाने बरोबर मध्यरात्रीच्या बाराचे टोले दिले. भारताच्या हजारो वर्षांच्या भावी इतिहासासाठी कालचक्राच्या आऱ्याने एक केवढातरी मोठा व जबरदस्त फेरा घेतला.

उंचेपुरे व देखणे लॉर्ड माऊंटबॅटन संसद भवनाच्या खचाखच भरलेल्या शेकडो, हजारो दिव्यांनी उजळलेल्या मध्यवर्ती सभागृहात आले. त्यांच्या अंगावर ब्रिटिश नेव्हीचा ॲडमिरलचा पांढरा शुभ्र गणवेष होता. भारताचे पहिले पंतप्रधान म्हणून पं. जवाहरलाल नेहरूंनी स्वातंत्र्याची सूत्रे जबाबदारीने केवढ्यातरी गंभीर वातावरणात त्यांच्याकडून स्वीकारली! पंडितजींच्या अवतीभवती सरदार पटेल, मौलाना आझाद, राजेंद्रप्रसाद, गोविंद वल्लभ पंत, जगजीवनराम, गुलझारीलाल नंदा असे कितीतरी लहान-थोर देशभक्त व हजारो स्वातंत्र्यसैनिक या अपूर्व क्षणाला

साक्षीदार म्हणून दाटले होते. या वेळी हजर नव्हते ते महात्मा गांधी! ही घटनाच जशी काही पुढे घडणाऱ्या अनेक काळ्याकुट्ट घटनांची नांदी होती!

या ऐतिहासिक रात्री झगमगणारी रोषणाई झालेल्या मुंबई शहरात मनोहर कोतवाल आपल्या बी.पी.टी., मिठागरे, एन.यू.आय व छोई कामगार संघाच्या सहकाऱ्यांबरोबर केवढ्यातरी आनंदाने रात्रभर भटकले. मध्येच कोणीतरी बेंबीच्या देठापासून घोषणा देई, 'भारत माता की- वंदे' त्याला सर्व जण कंठरवाने दाद देत गर्जत. 'जय-मातरम्'

१५ ऑगस्टलाच देशाची फाळणी झाली. परिणामी कधी नव्हे एवढा हिंदू-मुस्लिम जातीय दंगलीचा उद्रेक भारतीय भूखंडात चौफेर उसळून आला. त्याचे तपशील आजही अंगावर काटे उभे करणारे आहेत. या वर्षी ऑगस्ट ते नोव्हेंबर या चार महिन्यांत एक कोटी लोक निर्वासित झाले. किमान पाच लाख लोक ठार मारले गेले. भेदरलेल्या हिंदूंनी भारताकडे व मुसलमानांनी पाकिस्तानात- (दोन्ही लोकांनी) तारतम्याचा या काळात अमानुष बळी दिला.

१९४७ या वर्षी देशाच्या पुढील वाटचालीच्या दृष्टीने अनेक महत्त्वाच्या घटना घडून गेल्या आहेत. भारतीय कामगार जीवनावर त्याचे सखोल परिणाम झाले. श्री. मनोहर कोतवाल यांनी आपले जीवनही याच कामगार जीवनाशी जोडून दिल्यामुळे त्यांच्या जीवनावरही या सर्वांचे अपरिहार्य परिणाम झाले. १५ ऑगस्ट रोजी आलेले स्वातंत्र्य हे शेकडो वर्षांनंतर येत होते. ते भारतीय जनतेच्या रोखाने सर्व मानवी मूल्यांची सनद घेऊन येणारे केवळ सुवर्णाक्षरांनी लिहावे असे सर्वांत मोठे परिवर्तन होते. ते आणण्यासाठी गांधीजींच्या सत्याग्रहाचा मार्ग अवलंबून घरादाराचा त्याग करणारे शेकडो, लाखो स्वातंत्र्यसैनिक अपार कष्टले होते. तसेच क्रांतीचा जहाल मार्ग बेधडक अवलंबिणारे अनेक क्रांतिकारक कारणीभूत ठरले होते. कामगार बाबू गेन, कष्टकऱ्यांचे पुढारी लाला लजपतराय, भगतसिंग व त्यांचे सोबती उधमसिंग, मदनलाल धिंग्रा, असे क्रांतिकारक, महाराष्ट्रात कर्जतचे शहीद कोतवाल व त्यांचे सहकारी, क्रांतिसिंह नाना पाटलांचे कितीतरी मावळे, गांधीजींच्या सत्याग्रहातले कितीतरी साथीदार असे प्रत्यक्ष अनेक भारतीय १९३० पासून या स्वातंत्र्यलढ्यात प्राणपणाने लढले होते.

म. गांधी, पं. नेहरू, राजेंद्रबाबू, जयप्रकाश नारायण, यशवंतराव चव्हाण, साने गुरुजी, वसंतदादा पाटील, गोविंद वल्लभ पंत, आचार्य कृपलानी, राजगोपालचारी, विनोबा भावे, लोहिया, शामाप्रसाद, अब्दुल गफारखान, सरोजिनी नायडू, अरुणा असफअली, अच्युतराव पटवर्धन, इंदिरा गांधी अशा अनेकांनी तुरुंगात अपार कष्ट या स्वातंत्र्यासाठी उपसले होते. स्वातंत्र्यवीर सावरकर या क्रांतिकारकांच्या अग्रणीने तर अंदमान बेटातील तुरुंगात तळहाताची सालटी जाईपर्यंत कोलू पिसले होते.

काँग्रेसचे अध्यक्ष आचार्य कृपलानी व सरचिटणीस शंकरराव देव यांनी याच काळात समाजवादी पक्षाला मज्जाव करणे व राष्ट्र सेवादलाच्या नाकात वेसण घालणे असे धोरण पत्करले. त्यामुळे समाजवादी फुटीच्या मार्गाला लागले. म. गांधींची मध्यस्थी वाया गेली.

देश स्वंतत्र झाला आणि सामान्य भारतीयांच्या अपेक्षा कितीतरी उंचावल्या. त्याला मिळत होते ते हे फक्त राजकीय स्वातंत्र्य होते. आर्थिक, सामाजिक, शैक्षणिक आणि सांस्कृतिक स्वातंत्र्य अद्याप खूप दूरवर होते.

या वर्षी स्थापन झालेल्या 'इंटक' या कामगार संघटनेमुळे भारतीय कामगार चळवळीत तीन स्पष्ट प्रमुख प्रवाह निर्माण झाले.

१) कम्युनिस्टांचा 'आयटक' हा.

२) काँग्रेसनिष्ठ 'इंटक' हा.

३) तिसरा प्रवाह होता तो समाजवाद्यांचा. तो रॉयवादाच्या जवळ असलेला प्रवाह होता.

या तिसऱ्या प्रवाहातूनच पुढे भारतीय कामगारांच्या जीवनलढ्याचे अभूतपूर्ण काम करणारी 'हिंद मजदूर सभा' ही संघटना स्थापन झाली.

या हिंद मजदूर सभेने तर श्री. मनोहर कोतवाल यांच्या संघर्षमय जीवनाचे पुढे एक पर्वच व्यापून टाकले. या हिंद मजदूर सभेची स्थापना कशी झाली, तिचे कार्य कसे चालले, तिने झगडे कोणते लढविले, हे आजच्या माथाडी कामगारांनी समजून घेणे ज्ञानाच्या दृष्टीने अत्यंत महत्त्वाचे आहे.

स्वातंत्र्यानंतर लवकरच ३० जाने. ४८ रोजी दिल्लीत नथुराम गोडसे हा माथेफिरू तरुण गांधीजींसमोर येऊन अचानक उभा ठाकला. प्रथम हात जोडून त्याने गांधीजींना नमस्कार केला आणि क्षणातच पिस्तुल काढून त्यांच्या छातीवर पाठोपाठ तीन गोळ्या झाडल्या!

१९२० च्या लोकमान्य टिळकांच्या निधनानंतर सत्याग्रहाच्या एका अभिनव मार्गाने भारतीय स्वातंत्र्याचा लढा लढविणाऱ्या एका जिद्दी, कष्टाळू, भारतीयांवर अपार प्रेम करणाऱ्या माहात्म्याचे जीवनपर्व संपले. गांधीजींच्या हत्येने पुरा भारत देशच आता तितरबितर झाला.

गांधीजींच्या हत्येने तर मनोहर कोतवाल पार उदास झाले. त्यांचे कशातच मन लागेना.

गांधीवधानंतर दुसऱ्याच महिन्यात काँग्रेस समाजवादी पक्ष काँग्रेसमधून बाहेर पडला. याचे प्रमुख नेते होते जयप्रकाश नारायण, अशोक मेहता, लोहिया, एस. एम. जोशी व नानासाहेब गोरे इ.

अशा वातावरणात कामगारांच्या प्रश्नांकडे लक्ष द्यायला सरकारला मुळीच

अवसर नव्हता. पुढे या वर्षी सर्वांत मोठा धुमाकूळ घातला तो हैदराबादच्या रझाकारी दंग्यांनी. हैदराबादचा निजाम अस्तनीतला निखारा बनून आपले हैदराबाद संस्थान थेट पाकिस्तानला जोडण्याच्या मनसुब्यात होता. त्याचे हस्तक कासीम रझवीच्या हाताखाली रझाकार म्हणून निजामशाहीत धर्मांध दंगलीचा हैदोस घालू लागले.

या वेळी मनोहर कोतवाल आपल्या बी.पी.टी., तेल (ऑईल), मिठागर, एन.यू.आय. व छोई या कामगार संघांच्या बांधणीत गुंतले होते. वकील व मित्र श्री. एन. व्ही. फडके यांच्यासह निरनिराळ्या कोर्टात जाऊन कामगारांचे खटले जिव्हाळ्याने व आत्मभावाने लढवतच होते. मूळचा स्वभाव न्यायाला पाठबळ देणारा असल्यामुळे त्यांचे लक्ष हैदरबादच्या या रझाकारीकडे वळले. मुंबईच्या आपल्या पाम व्ह्यू या आनंदमठातून त्यांनी स्वातंत्र्यासाठी धडपडणाऱ्या भूमिगतांना भक्कम पाठबळ दिले होते. आता तेच पाठबळ त्यांनी हैदराबादच्या मुक्तिसंग्रमात काम करणाऱ्या सैनिकांना देण्याचे मनोमन ठाम ठरविले.

कोतवाल आता निजामशाहीत मुक्तिसंग्राम लढ्याचे काम करणाऱ्या गोविंदभाई श्रॉफ, बाबासाहेब परांजपे व रामानंद भारती या प्रमुख सेनानींना हत्यारे व सुरूंग पाठवू लागले. या काळात पाम व्ह्यूवर येणारे श्री. अनंत भालेराव व शंकरलाल पटेल त्यांचे चांगले परिचित झाले

विशेष म्हणजे वय ३३ वर्षाचे झाले तरी मनोहर कोतवाल अद्याप अविवाहित होते. कधी जबलपूरहून कर्नल विनायकराव कोतवाल व वडील गोपीनाथपंत यांचे लग्नाचा विषय काढून 'तू लग्न तरी केव्हा करणार?' असे त्यांना पत्र येई, तर कधी मुंबईतील तात्या सुळे, पडवळ, मामा रणदिवे, कर्णिक बंधू व मित्र हाच प्रश्न विचारीत. अप्पासाहेब डेंगळे, ना. म. जोशी, दिनकरराव देसाई असे हितचिंतकही अधूनमधून याबद्दल विचारीत. कोतवाल सर्वांना निरूत्तर करणारा एकच विचार बोलून दाखवत. ते म्हणत, "मी तयार आहे लग्न करायला. अट एकच आहे- देशाच्या फाळणीत बेघर झालेली एखादी निराधार परित्यक्ता स्त्री मी बायको म्हणून पत्करीन! काढा शोधून अशी एखादी स्त्री!" लग्नाचे विचारणारा त्यामुळे गप्पच बसत असे.

या वेळी बी.पी.टी.मध्ये बराच काळ चालू असलेला गोदी कामगार कायदा हवा म्हणणाऱ्या कामगारांमध्ये मनोहर कोतवालांनी सर्व कौशल्य पणाला लावून समझोता घडवून आणला. त्यांच्या या समेटाच्या कार्यामुळे दिनकरराव देसाई व जोशीबुवा त्यांच्यावर बेहद्द खूष झाले. त्यांना कोतवालांच्या ठायी कामगार संघटनेसाठी काही दुर्मिळ गुण आहेत याचा रोकडा पडताळा येऊन गेला.

जोशीबुवा आणि देसाई हे बी.पी.टी. रेल्वेमेन्स कामगार संघाचे खंदे आधारस्तंभ होते. एव्हाना जोशीबुवा कामगार जगतात मूलभूत काम करणारे नेते म्हणून सर्वमान्य झाले होते. मनोहर कोतवाल श्री. ना. म. जोशी ऊर्फ जोशीबुवा यांना फारच आदराने

मानत. त्यांना वडिलांठायी मानून त्यांच्याशी प्रार्थना समाज येथील 'सर्व्हंटस् ऑफ इंडिया'च्या ऑफिसात तास न् तास कामगार जीवनावर मूलभूत चर्चा करत. नुकत्याच सरकारला सादर केलेल्या 'जोशी समिती अहवालाने' जोशीबुवांचे नाव सर्वत्र गाजत होते. त्यांनी फार वर्षांपासून लंडन ते मुंबईपर्यंत कामगारहिताची बाजू सदैव निकराने लावून धरली होती. त्यांचे सहकारी दिनकर देसाई यांचा शब्द बी.पी.टी.मध्येच नव्हे तर गोदीत सर्वत्र परवलीचा शब्द झाला होता. सर्व कामगार तो फुलासारखा झेलीत. दिनकर देसाई कोतवालांना ज्येष्ठ बंधू विनायकरावासारखे वाटत. जोशीबुवा व देसाई म्हणजे आता कोतवालांच्या जीवनातले मार्गदर्शक चंद्र, सूर्य झाले होते.

उभा देश या वेळी घडून गेलेली देशाची अप्रिय फाळणी, त्यातून झालेली अमानुष हत्या त्यातून झालेली. म. गांधींची अमानुष हत्या, त्यामुळे पेटलेल्या जातीय दंगली, रझाकारी दंगे यांनी तापल्या तव्यावरच्या लाह्यांसारखा तडतडत होता.

तिकडे दूर मुंबईच्या समुद्रकिनाऱ्यावर आपल्या गोदी कामगारांच्या जीवनहितासाठी एक जीव असाच तडफडत होता- पी. डिमेलो! कंत्राट पद्धतीविरुद्ध आवाज उठवून त्यांनी सरकारला जोशी समिती नेमणे भाग पाडले होते. या समितीने गोदीतील कंत्राट पद्धती बंद केली. पण बोनस व इतर शिफारशी रेंगाळत राहिल्या. स्वातंत्र्य येताच गोदीतील सर्व ब्रिटिश अधिकारी आपल्या मायदेशी निघून गेले होते. पण डॉक मॅनेजर म्हणून श्री. विल्यम्स अद्याप आपल्या जागीच होते. गोदीचे अध्यक्ष होते भिडेसाहेब. विल्यम्स सहायक होते. डे. डॉक मॅनेजर श्री. शेख. ते कठोर वृत्तीचे गृहस्थ होते.

या विल्यम्स व भिडेसाहेबांना पी. डिमेलोंनी धारेवर धरले ते आता कंत्राट पद्धतीतून मुक्त झालेल्या गोदीच्या कायम कामगारांच्या बोनससाठी. हा डिमेलोंचा दुसरा महत्त्वाचा लढा होता.

या लढ्यातील एक पाऊल म्हणून डिमेलोंनी गोदी कामगारांची एक सभा कर्नाट बंदर येथील ठाणे स्ट्रीट येथे दि. ६ डिसें. ४८ रोजी आयोजित केली होती. काही दिवसांनी निकराने संप करून वैतागलेले गोदी कामगार या सभेला प्रचंड संख्येने हजर झाले. आता घणाघाती बोलणाऱ्या पी. डिमेलो व त्यांचे साथीदार के. ए. खान, एस. आर. कुळकर्णी, बाबू बंगाली, बाबू खमाची, नाना झेंडे, अमीर अशा नेत्यांचे मार्गदर्शन ऐकायला गोदी कामगार आसुसलेले होते. पण सभेला तोंड फुटून सुरवात होण्यापूर्वीच मोरारजी देसाई यांनी अत्यंत चपळाईच्या व गुप्त हालचाली करून एक फास टाकला.

गोदीवर सरकारच्या दृष्टीने नेहमी कटकटी उभ्या करणाऱ्या डिमेलोंचा पुरता बीमोड कराव, हा त्यात हेतू होता. एकदा का डिमेलोंचे तोंड बंद झाले की गोदीचे

कामगार मुकाटपणे नीट वठणीवर येतील अशी त्यांची अटकळ होती. सरकारी यंत्रणेच्या मर्जीत व जवळ असलेल्या इंटकच्या पुढाऱ्याने ती करून दिली होती.

हां हां म्हणता ठाणे स्ट्रीटवरच्या डिमेलोंच्या सभेला हेल्मेट घातलेल्या हत्यारबंद शेकडो पोलिसांनी घेरले. त्यांच्या सर्व साथीदारांसह बंदिस्त गाड्यांत डिमेलोंना व साथीदारांना चढविले. सर्वांना स्थानबद्धतेच्या कायद्याखाली अचानक अटक झाली! त्यांना नासिकच्या तुरुंगात धाडण्यात आले.

पी. डिमेलो यांच्यावर कसलीही कल्पना नसताना हा जबरदस्त आघात होता. चळवळीमुळे ब्रिटिश काळातसुद्धा कधी ते असे अचानक अटक झाले नव्हते. त्यांची व त्यांचे खंदे सहकारी के. ए. खान, एस. आर. कुळकर्णी, नाना झेंडे अशा आघाडीच्या सर्व नेत्यांची अटक होताच एक सत्य सरसरून पुढे आले. गोदी कामगार चळवळ एखादा टप्पा पार करून मध्येच कुचंबणार काय, हजारो गोदी कामगार व त्यांची चळवळ वाऱ्यावर उघडी पडणार काय, गोदी कामगारांसमोर प्रश्न उभे ठाकले की, 'काय होणार आमचे? आमच्या चळवळीचे? आमच्या जीवन-मरणाच्या प्रश्नांचे? आम्हाला आता वाली कोण? देशभर भडकलेल्या या अस्थिर वातावरणात आता आमचा त्राता कोण?'

गोदी कामगारांनी आपले सर्व नेते तात्काळ सुटावेत यासाठी एकजुटीने पुन्हा नऊ दिवसांचा संपही केला. गोदीतील वातावरण अत्यंत तणावात गेले. कुचंबले.

दुसऱ्या महायुद्धाने जगभरच्या सामान्य माणसाचे जीवन विस्कळीत झाले होते. युद्धाचा परिणाम म्हणून महागाई आणि बेरोजगारी झपाट्याने वाढली. लढाई संपल्यावर १९४६मध्ये मुंबईतील जीवनमानाचा निर्देशांक शुन्यावरून चक्क २४६ पूर्णांकावर गेला.

लढाईत भरती झालेले सैन्य परत आल्याने बेरोजगार झाले होते. युद्ध संपल्यामुळे लढाईचे साहित्य निर्मिती करणारे कारखाने बंद पडले होते. या सर्वांचा जबरदस्त परिणाम झाला होता तो कामगार जीवनावर. जागोजागी संप सुरू झाले.

राजकीय क्षेत्रात राष्ट्रीय काँग्रेस हाच एकमेव प्रभावी व प्रबळ पक्ष होता. स्वातंत्र्य मिळताच 'काँग्रेस बरखास्त करा' असा गांधीजींनी परखड सल्ला दिला होता; पण त्यांचीच हत्या झाल्यामुळे तो अमलात येऊ शकला नव्हता. गुलझारीलाल नंदांनी 'आयटक'मधून फुटून नुकतीच आपली 'इंटक' स्थापन केली होती. यापूर्वीच मानवेंद्रनाथ रॉय यांनी १९४१ साली स्थापन केलेली 'इंडियन फेडरेशन ऑफ लेबर' ही तिसरीही एक संघटना कार्यरत होती. या सर्व संघटनांची विचारसरणी डावी होती. समाजवादाचा पाठपुरावा करणारी होती. तरीही जो नुकताच स्थापन झालेला समाजवादी काँग्रेस पक्ष होता त्यातील नेत्यांना या संघटना कामगारांच्या हिताचे पुरेसे कार्य करीत नाहीत हे फार जाणवू लागले.

जिची वैचारिक बैठक निखळ समाजवादी आहे व जी कुठल्याच राजकीय पक्षाच्या दबावात नाही, अशी एक देशव्यापी कामगार संघटना स्थापन करणे, या नेत्यांना अत्यंत गरजेचे भासले. या विचारांचे सर्वांत प्रमुख अग्रणी होते ते जयप्रकाश नारायण.

खूप चिंतन करून देशातल्या कामगार चळवळीतल्या प्रमुखांना भेटून जयप्रकाशजींनी या संघटनेचे नाव मनोमन पक्क केले. ते 'हिंद मजदूर सभा' हे होय! या सभेची स्थापना करण्यासाठी राहिले अधिवेशन त्यांनी शहर कलकत्ता येथे दिनांक २६ डिसेंबर १९४८ रोजी भरविले.

भारतीय कामगारांच्या जीवनात लाखलाख आशेची किरणे उभी करणारा दि. २६ डिसेंबरचा तो दिवस कलकत्ता शहरात उजाडला. देशभराच्या सहा लाख कामगारांचे सुमारे सहाशे प्रतिनिधी वेगवेगळ्या प्रांतांतून कलकत्त्यात लोटले. योगायोग होता की हेच कलकत्ता शहर पूर्वी ब्रिटिशांची भारताची पहिली राजधानी ठरले होते. आज ते जयप्रकाशजींसारख्या एका तपस्वी, त्यागी, अभ्यासू व भारतमान्य नेत्याच्या मार्गदर्शनाखाली कामगारांचा भावी इतिहास घडविणारे त्यांच्या राजधानीच्याच मोलाचे शहर ठरणार होते. हिंद मजदूर सभेच्या या ऐतिहासिक अधिवेशनाला आलेल्या प्रतिनिधींत बंगालमधून देवेन सेन, जतिन मिश्रा, शिवनाथ बॅनर्जी, रजनी मुखर्जी, नरेन घोष, बिहारमधून प्रभू नारायण सिंग, बसावंत सिन्हा, आंध्र प्रदेशातील एस. बी. गिरी, चिन्नादुराई, मद्रासमधून अँन्थोनी पिल्लई, उत्तर प्रदेशातून विमल मल्होत्रा, राजाराम शास्त्री, आसामचे नवतरुण बोरा आणि महाराष्ट्रातून ना. म. जोशी, एस. एम. जोशी, खेडगीकर, रामभाऊ रुईकर, दिनकर देसाई, अशोक मेहता, जी. जी. मेहता, व्ही. बी. कर्णिक, मणिबेन कारा, पीटर अल्वारिस, व्ही. जी. दळवी, विनायक कुळकर्णी, एम. व्ही. दोंदे, डॉ. शांती पटेल असे कितीतरी कामगार नेते मोठ्या उमेदीने व उत्साहाने उपस्थित होते.

विशेष म्हणजे बी.पी.टी. रेल्वेमन्स कामगार संघाकडून प्रतिनिधी म्हणून पुढे या संघटनेशी घनिष्ठ जिव्हाळ्याचे संबंध येतील हे ध्यानीमनी नसलेले मनोहर कोतवालही मोठ्या उत्साहभरल्या मनाने आपले कायदे सल्लागार व मित्र एन. व्ही. फडके यांच्यासह उपस्थित होते.

अधिवेशनासाठी खचाखच भरलेल्या सभागृहात टाचणी पडली तरी टंकार उमटावा अशी शांतता होती. प्रथम श्री. ना. म. जोशी, एस. एम. जोशी, अशोक मेहता अशांनी मार्गदर्शन केले. सर्वांत शेवटी अध्यक्ष म्हणून भारतीय कामगार जीवनाचा तळापासून अभ्यास केलेले, त्यांच्याशी नाळेने समरस झालेले जयप्रकाशजी जे बोलले, ते केवळ अजोड होते. जुन्या काळच्या ऋषींची आठवण करून देणारे होते. आपल्या मृदू व रसाळ हिंदी भाषेत त्यांनी तासभर भारतीय कामगारांचे जीवन

व त्यांची कुचंबणा हुबेहूब उभी केली. आयटक, इंटक, यांच्या पार्श्वभूमीवर समाजवादी रॉयवादी संघटनेची आवश्यकता त्यांनी सांगितली.

हिंद मजदूर सभेचे प्रयोजन फारच प्रभावी शब्दांत मांडून प्रतिनिधींना त्यांनी जीवनभर विसरताच येणार नाही, असे कर्तव्याचे अमृतबोल ऐकविले. पक्षीय आवेशापासून अलिप्त अशी मध्यवर्ती कामगार संघटना ही आज काळाची गरज आहे हे पटवून दिले.

हिंद मजदूर सभेचे हे पहिलेच अधिवेशन उपस्थितांच्या मनावर कामगार जीवनाचा आलेख शिल्पासारखा कोरणारे ठरले. शिल्पकार होते जयप्रकाशजी नारायण!

चांगले तीन दिवस भरगच्च परिसंवादांत हे अधिवेशन चालले. शेवटी उत्साही प्रतिनिधींनी दिलेला एकमुखी नारा होता-

'हर जोर, जुल्मके टक्करमें
'संघर्ष' हमारा नारा है!'

या नाऱ्यांनी कलकत्त्याचे सभागृह दुमदुमून जात असतानाच सर्वांच्या संमतीने हिंद मजदूर सभेचे पहिले कार्यकारी मंडळ टाळ्यांच्या गजरात जाहीर झाले. अध्यक्ष झाले महाराष्ट्राचे रामभाऊ रुईकर, उपाध्यक्ष झाल्या मणिबेन कारा, सरचिटणीस ठरले अशोक मेहता, चिटणीस झाले रामानुजन, जी. जी. मेहता, शिवनाथ बॅनर्जी, व्ही. एस. माथुर, खजिनदारपदाची जबाबदारी पत्करली रामभाऊ खेडगीकर यांनी. कार्यकारिणीचे सदस्य ठरले जयप्रकाश नारायण, व्ही. जी. दळवी, अरुणा असफअली, व्ही. बी. कर्णिक, दिनकर देसाई, एन. व्ही. फडके, एम. व्ही. दोंदे, रजनी मुखर्जी, हिरेन घोष, अन्योनी पिल्लै, पी. चिन्नादुराई, पीटर अल्वारीस, ए. एम. विल्यम्स, मुनशी अहमद्दीन, विनायक कुलकर्णी, नवतरुण बोरा, बसावंत सिन्हा इत्यादी.

या सभेशी संलग्न झालेल्या कामगार संघाची संख्या ४२७ होती. यातील सभासद होते ६०६४७२.

सर्वांनी वाकून नमस्कार करून जयप्रकाशजींचे आशीर्वाद घेतले. मनोहर कोतवालांनी पुढे होऊन नागपुरापासूनच जिव्हाळ्याच्या झालेल्या रामभाऊ रुईकरांचे मनःपूर्वक अभिनंदन केले. अहमदाबादेत परिचित झालेल्या मणिबेन कारा, अशोक मेहता, रामभाऊ खेडगीकर या पदाधिकाऱ्यांचे त्यांनी प्रथम हार्दिक अभिनंदन केले.

नंतर सर्वांत शेवटी निवांतपणे ते भेटले ते आधुनिक कर्ममहर्षी जयप्रकाशजींना! गेले तीन दिवस जयप्रकाशजी अनेक प्रतिनिधींना न कंटाळता, न थकता मनापासून मार्गदर्शन करताना त्यांनी समक्षच पाहिले होते. उद्घाटनाचे आणि समारोपाचे

जयप्रकाशजींचे कधी मानवतावादाने चिंब भिजलेले तर कधी मानवी पिळवणुकीच्या सात्त्विक संतापाने ज्वालामुखीसारखे भडकून उसळलेले बेजोड व अंगावर रोमांच उभे करणारे भाषण एकून मनोहर कोतवाल मनोमन भारावले होते. असा अनुभव पूर्वी त्यांनी ४२च्या चळवळीत साने गुरुजींच्या व्याख्यानात घेतला होता. कुणीतरी कोतवालांची जयप्रकाशजींशी ओळख करून दिली. 'महाराष्ट्रसे आये बंबईके साथी मनोहर कोतवालजी!'

प्रत्यक्ष कोतवालांना ते शब्द काही नीटसे ऐकूच येत नव्हते. कारण त्यांच्या कानामनात घुमत होता ते फक्त हिंद मजदूर सभेचा प्रेरक आणि आता आपोआपच जीवनादर्श झालेला, गगनभेदी एकच एक नारा-

'हर जोर जुल्मके टक्कर मे-
'संघर्ष' हमारा नारा है!
नारा है, नारा है-
'संघर्ष' हमारा नारा है!!'

■

दृश्य : पहिले
स्थळ : शनिवारवाडा. श्रीमंत बाजीराव पेशवे यांचा राबता खासगीचा महाल.
काळ : सन १७२८ चा मार्चचा महिना. नुकतीच थंडी उलगली आहे, तरी हवेत उबदार गारवा आहे. शनिवारवाड्यासमोरची मुळा नदी दिवस कासराभर वर चढला तरी धुक्याची दुलई हटवत नाही.

पार्श्वभूमी : सुमारे आठ वर्षांपूर्वी मराठी दौलतीचे श्रीमंत महाराज शाहू छत्रपती यांनी चालत आलेल्या रिवाजाप्रमाणे समारंभपूर्वक साताऱ्यात बाजीराव पेशवे यांना पेशवाईची वस्त्रे बहाल केली आहेत. श्रीमंत बाळाजी विश्वनाथ पेशवे यांच्या या तरण्याबांड पेशवेपुत्राचं या वेळी वय होतं अवघं वीस वर्षं! या 'कोवळ्या' वयाचं कारण पुढे घालून छत्रपतींच्या अनेक मातब्बर सरदारांनी या राजसोहळ्याला विरोध करून बघितला होता. तो मार्गी लागला नव्हता. शाहू छत्रपतींनी विचारपूर्वक हा ठाम निर्णय घेतला होता. ओठावर नुकत्याच फुटलेल्या मिशीची लव साक्षी ठेवून, उरात अपार नि अभंग स्वामिनिष्ठा जागवीत, छत्रपती शिवरायांचे रक्ताचे पुत्र आहोत हे अपार हालहाल झेलीत जसं छत्रपती शंभूराजांनी सिद्ध केलं होत, तसंच शाबीत करण्यासाठी या जवान पेशव्यानं वस्त्रं स्वीकारतानाच शपथपूर्वक मनोमन घोषित केलं होतं. काय? तर आपणही छत्रपती शिवरायांचे रक्ताचे पुत्र नसलो तरी तत्त्वज्ञानाचे पुत्रच आहोत हे सिद्ध करून देण्याचं! तरुण वय, असलेला विरोध यांचं भान ठेवूनच या फाकड्या

■

दादा, तुमच्या जागी आम्ही असतो तर...

■

बाजीनं मराठी दौलतीच्या पेशवाईची वस्त्रं स्वीकारली. मग? केवळ आठ वर्षांतच यानं केवढी जरब बसविली आपल्या 'राऊ' या नावाची! दिल्लीच्या बादशहानं पुऱ्या दक्षिण हिंदोस्ताँचा वजिरी कारभार ज्या निझाम उल्मुत्कला विश्वासानं सोपविला होता त्याला यानं हयातभर याद राहील असा धडा शिकविला. २५ फेब्रुवारी १७२८रोजी नुकताच बाजीरावांनी मराठवाड्यात पैठणजवळ पालखेडच्या गाववेशीवर निझामाचा दणदणीत पराभव केला होता. छत्रपती शाहूंची निवड सार्थ ठरविली होती. मुंगी शेगाव येथे निजामाशी, आपल्या मनाप्रमाणे तह करून विजयी बाजीराव पेशवे नुकतेच पुण्यात परतले होते.

याच वेळी तिकडे बुंदेलखंडात अलाहाबादचा सुभेदार महमदखान बंगश आणि त्याचा मुलगा कायमखान दाबजोर फौज घेऊन बुंदेलखंड तसनस करायला चालून आले होते. त्यांनी बुंदेलखंडाची राजधानी 'ओरछा' लुटीवर घालून शहराची वाताहत केली होती. बुंदेल्याचा मानी राजा छत्रसाल- ज्यानं आपल्या कोवळ्या वयात आग्र्याला जाणारे मराठ्यांचे थोरले छत्रपती कधीतरी एकदा निसटते बघितले होते! त्या छत्रसालाला महमद बंगशनं त्याच्याच राजधानीत ओरछा येथे कैदखान्यात कोंडून टाकलं! छत्रसालाला या वेळी याद आली- मराठी दौलतीची. त्यानं कैदेतूनच आपल्या अत्यंत विश्वासू दूताकरवी राव बाजीराऊला मदतीसाठी अत्यंत मार्मिक टाहो फोडणारा खलिता धाडला. तो घेऊनच बाजीरावांचे धाकले बंधू श्रीमंत चिमाजी अप्पा-बाजीरावांच्या खासगी महालात प्रवेशतात. (वडील बंधूंना अदब मुजरा देतात)

बाजीराव : चिमाजी, तालखेडच्या मैदानावर मर्दानगी केलेल्या धारकऱ्यांचा मरातब जखम-दरबारात बयाजीनं झाला ना? जे पडले त्यांच्या गावठाणांकडे मानवस्त्रे आणि सनदा घेऊन स्वार गेले ना? कुणी चुकभूल झाले तर नाहीत? गणेशमहालाची न्यायी रीत नीट मार्गी लागली?

चिमाजी : जी दादासाहेब. आता नांगी ठेचलेला निजाम कसा वागतो यावर देख ठेवायला पैठण-औरंगाबादेत हुशार माणसंही मागं ठेवलीत.

बाजीराव : आता किमान पाच वर्षं तरी तो दौलतीची आगळ करणार नाही. आमच्या मनात सलतो आहे तो जंजिऱ्याचा सिद्दी. त्यानं ब्रह्मेंद्रस्वामींच्या चिपळूणच्या परशुराम क्षेत्राला हात घालून आमच्या मानी मनाचा टवका उडविला आहे. चिमाजी, लवकरच तुम्हा-आम्हाला जोडीनं कोकणच्या समुद्रपट्टीत उतरावं लागणार. जंजिऱ्यावर बसकण घेतलेला सिद्दी आणि वसईचे फिरंगी यांना पक्का धडा द्यावा लागणार.

चिमाजी : दादासाहेबांचा कोकणच्या समुद्रपट्टीचा सल जुना आहे हे आम्ही जाणतो. थोरले छत्रपती, धाकले संभाजी महाराज यांनी जंजिरा पाडण्यासाठी घेतलेले एल्गार जाणून आहोत आम्ही. प्रसंग आला तर आम्ही एकलेच नेऊ निभावून. कोकण आणि समुद्रपट्टी. पण हा मध्येच एक बुंदेलखंडाचा मामला आकस्मिक

सामोरा आलाय....

बाजीराव : बुंदेलखंडाचा? बंगश उतरलाय त्या मुलखावर. कसे आहेत बुंदेले?

चिमाजी : खबर चांगली नाही दादासाहेब. नुकतेच आम्ही माळव्यातून आमझेऱ्याच्या लढाईत सुभेदार गिरिधर बहादूर याचा पाडाव करून, चौथ वसूल घेऊन परतलो हे जाणताच आपण. आम्ही समक्ष पाहिलाय कमकुवत झालेला माळवा. बंगशच्या टोळधाडीपुढं बुंदेलखंड साफ पडला. बुंदेले राजे छत्रसाल कैद झालेत- त्यांनी चमत्कारिक खलिता, अत्यंत सावधपणे धाडलाय- आपल्यासाठी- कैदेतून.

बाजीराव : चमत्कारिक खलिता? आमच्यासाठी? वाचा चिमाजी.

चिमाजी : (रिवाजी मायना इ. स्वतःशीच पुटपुटते वाचून. मुख्य आशय पटावर घेतात.)

... और समय मे तमाम बुंदेला रियाया को और ओरछा के तख्त को उम्मीद है सिर्फ मरहट्टोंके राणा सिवाजी के वारिस आप की- राव बाजी की- (खाकरतात. आवाज कमालीचा गंभीर, घोगरट होतो.)

'जो भई पुरान में-
गजेंद्र की!
सो भई आज-
छत्रसाल की!
दौडो 'बाजी' राखो लाज
'बुंदेलखंड' की!!'

(बाजीराव ऐकून पाठीशी हात बांधून साताठ निर्धारी पायफेर घेतात निर्णयपूर्वक.)

बाजीराव : चिमाजी, सरनोबत दाभाड्यांना हुकमी कौल द्या- गाठीचे घोडदळ, पावलोक, गजदळ ते कुचासाठी सिद्ध ठेवणे. धारेचे पवार, इंदोरचे होळकर, बडोद्यास गायकवाडांना- समस्तास खलिते द्या. आम्ही जातिनिशी येत आहोत. खंड बुंदेला राखून चालविण्यास!

चिमाजी : जी. आज्ञा. (एवढ्यात पत्नी सौ. काशीबाईसाहेब- सेविका गुणाईसह प्रवेशतात.)

काशीबाई : (अंमळ वाट पाहून, शेवटी) श्रीमंतांनी थोडं आम्ही काय म्हणतो ते ऐकावं.

बाजीराव : (चमकून) या. आम्ही पाहिलंच नाही तुम्हास. बोला, काय आज्ञा आहे... कुठल्या व्रताची सांगता करताहात? त्यासाठी आम्ही जातीनं देवक बैठकीला कुठे हवे आहोत?

दादा, तुमच्या जागी आम्ही असतो तर... । १०१

काशीबाई : ते तर आमचं रोजचंच आहे. स्वारीनं एकदा आमच्यासंगती पाताळेश्वराच्या दर्शनास यावं.

बाजीराव : ते आता माळव्याच्या स्वारीवरून परतल्यावर. तिकडून परतताना आम्ही काय आणावं तुमच्यासाठी बोला.

गुणाई : (मध्येच) इंदोरी पैटन्या लई देकन्या म्हन्त्यात सम्दी. बाईसायबास्नी दिसंल की एखादी सोबून!

बाजीराव : (गडगडते हसून) व्वाऽऽ व्वा गुणा. जरूर जरूर. हिला नेसल्यावर आम्हाला बघताना शोभून दिसेल अशीच आणू बुंदेली पैठणी!

काशीबाई : (लाजून चूर होत) आम्ही जातो कशा इथून! चल बाई गुणा. (दोघी जातात. एकले बाजीराव पुन्हा पायफेर घेतात.)

दृश्य दुसरे

स्थळ : ओरछा येथील बुंदेला राजा छत्रसाल यांचा शानदार दरबार.

काळ : मार्च १७२८ची अखेर.

पार्श्वभूमी : बाजीरावांनी कडव्या, दौडत्या तीस हजार घोडदळानिशी चिमाजीसह माळवा गाठून बुंदेलखंड महमद बंगशच्या आक्रमणातून मुक्त केला आहे. जैतपूरजवळ झालेल्या घनघोर लढाईत बाजी-चिमाजी यांच्या अभूतपूर्व जोडसैन्यानं महमद आणि त्याचा मुलगा कायम यांना शिकस्त दिली आहे.

महमदखान बंगश वीर पेशवे बाजीरावांना शरण आला आहे.

पुन्हा म्हणून बुंदेलखंडावर चालून येणार नाही, असा त्यानं लेखी सुलूख केला आहे.

ओरछ्यात येऊन बाजींच्या सैन्यानं राजा छत्रसालांना कैदमुक्त केलं आहे. पुन्हा इतमामानं 'बुंदेलराजा' म्हणून घोषित केलं आहे.

मराठा मसनदीचे वस्त्रनशीन अखत्यार श्रीमंत बाजीराव बाळाजी पेशवे यांचा दूरदेशी खंड बुंदेल्यात हा 'गौरव दरबार' आहे.

वजीर : दरबार बुंदेला के समस्त बहादूर सर्दार, बुंदेला रियाया और मरहट्टोंके राणा सिवाजी के वारिस वजीर राणा बाजी, उनके सुरमा भाई चिमाजी मराठा दल के शूर सर्दार व सिपाही सबकी मै तमाम बुंदेला नस्लकी ओरसे तहेदिलसे शाही आगवानी करता हूँ! हमारे राणा, बडे बुंदेला-छत्रसालजी वीर बाजी और उनके सब सुरमा साथिओंको मरातब के असवाब और हथियार पेश करेंगे (राजदंड उठवून... छत्रसाल बाजी-चिमाजी यांना म्हणून कमरेत झुकतो. बाजूला उभा राहतो.)

राजा छत्रसाल : वीर शिरोमणी मराठा राणा बाजी! उनके नेकदिल भाई चिमाजी, और उनके तमाम सुरमा सर्दार-सिपाही और मेरे बुंदेला रियायाजन की किस्मत है

की वे बुंदेलोंकी लाज रखने वीरबाजी दौडे- मैं उनका कैसे शुक्रगुजार करू समझ नही आता- माँ जगदंबा उनके हाथ हमेशा कामयाबीसे भरे-

(छत्रसालचा ऊर भरल्यानं थांबतो. एकेक सरदार, लढाऊ वीर यांची नावं वजीर घोषित करतो. तसतशी माना-पराक्रमानुसार सिद्ध केलेली सरपोसबंद तबकं राजा छत्रसाल मानकऱ्यांना देतो. प्रथम चिमाजींचा, मग पवार, होळकर आदी सरदारांचा, मग धारकऱ्यांचा मरातब होतो. उरतात- शेवटचे मानकरी राणा बाजीराव! छत्रसाल आपल्या सिंहासनावरून उठून बाजींच्या बैठकीजवळ अत्यंत आत्मीय आदरानं जातात. त्यांना हाताला धरून बुंदेला सिंहासनाजवळ आणतात. भरजरी मंदिल, शिरपेच, जामा, चोळणा, मोतीकंठे यांचं सोनेरी तबक त्यांना मरातब म्हणून अर्पण करतात. हिरे व रत्नजडित मुठीची, तलम अस्तरी म्यानाची, रेशमबंदाची धोप तलवार त्यांच्या कमरबंदावर आपल्या हातानं करकचून बांधतात-

दरबारात सहजस्फूर्त जयघोष उसळतो-

'मराठा राणा वीर बाजी कीऽऽ

जय हो!'

(काही क्षण त्या गर्जना होऊन थांबतात. शांतता)

छत्रसाल : हमे हमेशा याद रहेगा यह बुंदेला- महरट्टोका मोलजोल का दशेहरा! अब हम वीर राणा बाजी को बुदेला-दर्बार का सबसे बेजोड नजराणा बा अदब पेश कर रहे हैं! राणा को समस्त बुंदेला रियाया की तरफसे मेरी अर्जी है इसे गौरसे स्वीकार करें! हम नजर कर रहे हैं बुंदेला दर्बार की राजनर्तिका और जमानेकी हसिन हमारी मस्तानी! (संकेती टाळ्या देतात. देखण्या, उंची वस्त्रातील सहेल्यांनी वेढलेली, सौंदर्यानं शालीन नावच असलेली 'मस्तानी' खालमानेनं आस्ते-आस्ते कदम टाकत बुंदेला दरबारातून मसनदीकडं येऊ लागते. तिच्या पायींच्या मंदस्वर पैंजणांचाही नाजुक किणकिणाट ऐकू येईल अशी शांतताच शांतता पसरते. अशी शांतता एकदा आग्रा-दरबारात पसरली होती! जेव्हा मराठी मसनदीच्या थोरल्या छत्रपतींनी गर्जून म्हटलं होतं, 'रामऽसिंघ, कभी नही बर्दाश्त कर सकते हम!'

मस्तानी खाशांच्या बैठकीसमोर येते- कमरेत झुकून तीन बार आदाब अर्जी म्हणून तसलीम घालते. मराठा राव राणा बाजी- तो बुदेल्यांचा पानांचा विडा खाल्ला तरी जिच्या कंठाच्या शिरा कमळनाळासारख्या आरक्तून येत, तो स्वर्गीय सौंदर्याचा नजराणा आपलासा करण्यासाठी तिच्यासमोर येऊन तिच्या मुखड्यावरचा तलम घुंघट उचलतात. मस्तानी क्षणैक गर्दन उठवून फडफडत्या पापण्यांनी आपल्या शूर सरदाराचं डोळाभर दर्शन घेते. त्या दोघांच्या नजरभेटीवर मराठी मुलखाच्या कैक युगांच्या भेटी पणाला लागणार असतात. मस्तानीच्या फडफडत्या पापण्यांवर मराठी इतिहासाची कैक पाने आणि कैक नाती फडफडणार असतात.

(धुंदावला बुंदेला दरबार मात्र चैतन्यमय घोषणा देत असतो-)
'मराठा राणा वीर बाजी कीऽर
जय हो!'
बुंदेला नर्तकी मस्तानी कीऽ।
जय हो!'

दृश्य तिसरे

(स्थळ : शनिवारवाड्यातील 'मस्तानी महाल')

काळ : १७४०ची मार्च महिन्याची सुरवात. थंडी उलगली तरीही शनिवारवाड्यासमोरचं मुळेच पात्र धुक्याची दुलई हटवायला तयार नाही!

बाजीराव-मस्तानीसह हत्तीच्या अंबारीतून पुण्यात वाजतगाजत येऊन पुरतं एक तप लोटलं आहे. त्या दोघांच्या आगमनाच्या वेळी पुण्याच्या पराक्रमवेड्या हिंदू रयतेनं गच्ची-गच्चीतून फुलं उधळून, दारोदार पंचारतीनं ओवाळून त्यांचं अपूर्व स्वागत केलं आहे. पण- या एक तपात खूप पाणी आता वाहून गेलं आहे. कसलं?

पार्श्वभूमी : बुंदेलखंडातून परतल्यानंतर राणा बाजीनं तलवारीची तर शर्थ केली आहे; पण हा वीर पेशवा आता पूर्ण 'मस्तानीमय' झाला आहे. मस्तानी आहे यावनी. छत्रसालांच्या दरबारी मुस्लिम राजनर्तिकेची मुलगी. दर्जेदार रागदारी गायिका. उत्तम, तालबद्ध नर्तिका. गायन आणि नर्तन या स्वर्गीय कलांच्या रोजच्या रियाजामुळं मूळची देखणी मस्तानी नजर ठरणार नाही अशी अप्रतिम लावण्यवती झाली आहे.

या लावण्यवतीला जोवर कोथरूड येथे 'स्वतंत्र' महालात ठेवले होते तोवर ठीक होते. जेव्हा म्हणून राणा बाजीनं मस्तानीला शनिवारवाड्यात आणली, तिला स्वतंत्र महाल बक्ष केला, बाजी अधिक काळ तिच्या महालात वावरू लागले तेव्हा प्रथम धुसफूस सुरू झाली. तशात बाजींना मस्तानीपासून मुलगा झाला. त्याचं नाव समशेर ठेवण्यात आलं. बाजींनी समशेरच्या सविध मुंजीचा आग्रह धरला. धुसफूस वाढत चालली.

इकडं राणा बाजी नावाप्रमाणं रणगाजी करून पराक्रमांची चढती वाढती चळत रचतच होते. केवढी नेत्रदीपक घोडदौड होती ही!

सारखेल कान्होजी आंग्रे यांचे तेवढेच मातब्बर पुत्र सखोजी यांची जोड साथ घेऊन त्यांनी १७३३ मध्ये जंजिऱ्याच्या सिद्दीचा साफ धुव्वा उडविला. रायगड मुक्त करण्यासाठी प्रतिनिधींना बळ दिलं, याच वर्षी प्रतिनिधींनी शिवरायांचा रायगड मोंगलांच्या जोखडातून मुक्त केला. एक वर्षातच १७३७मध्ये फिरंग्यांविरुद्ध मोहीम खोलली. ४ मे १७३९ला वसई पडली. चिमाजींनी या मोहिमेत शर्थीचा पराक्रम केला.

जेव्हा चिमाजी वसईच्या वेढ्यात गुंतले होते, तेव्हा मराठी दौलतीचा हा वीर राणा-शिंदे, होळकर, पवार असे ताकदवार लढवय्ये घेऊन प्रत्यक्ष दिल्लीवर चालून गेला होता! २९ मार्च १७३४ पासून सलग तीन दिवस श्रीमंत राणा बाजीराव प्रत्यक्ष दिल्लीतच वेढा घालून होते! ते वेढा उठवून का परतले? इतिहास एकच कारण देतो-

'बादशहा बरबाद जालीयात फायदा नाही. अमर्यादा केलियास राजकारणाचा दोरा तुटतो!' असा काहीसा बाजीरावांचा विचार असावा.

याबाबत असाही विचार करून बघण्यासारखा आहे की 'त्यांना नादीरशहा दिल्लीवर चालून येतो' अशी पक्की खबर मिळाली होती.

महत्त्वाचे म्हाणजे चिमाजी व बाजी पुण्याबाहेर. अशा स्थितीत 'मस्तानी'चा मामला चारी बाजूंनी घेरला गेला.

बाजीराव दिल्लीहून परतले. चिमाजी वसईहून परतले. खरे तर मराठी दौलतीचा हा कळसाध्याय होता, पण-

पण आता बाजीच्या पराक्रमाची गाथा, कर्मठ दरबारी आणि सनातनी विचारांत करकचून बांधलेली पुणेकर रयत गुंडाळून बाजूला ठेवत आहे. तिला समशेरची मुंज मंजूर नाही! मस्तानीच वाड्यावर राहणं मान्य नाही. हे वीर बाजींच्या कानावर पडू लागलं. त्यांची प्रतिक्रिया वीर पुरुषाची होती. ते आता मस्तानी महालातच राहू लागले. त्यांनी मद्यपान व मांसाहार आपलासा केला. पुण्यात चौका चौकात चर्चा रंगू लागली. - 'यावनीकडे रहतो! अपेयपान करतो!! अभक्ष्य भक्षितो!!! पेशव्याने धर्म बुडविला!'

चतुर दरबारी मुत्सद्यांनी बंधू चिमाजी अप्पांना पुढे घालून एका अजब निर्णयाची घंटा बांधली- प्रत्यक्ष पेशव्यांच्या गळ्यात! चिमाजींनी काळजावर दगड ठेवून थोरल्या बंधूंना सुनावलं, "दादासाहेब, आपण मस्तानीसह आता पुन्हा कोथरूडच्या महाली राहायला जावं. जेव्हा वाटेल तेव्हा शनिवारवाड्यावर यावं आणि सौ. वहिनीसाहेबांच्या महाली राहावं!"

स्वतः उठविलेला, सात मजली बांधकाम असलेला, ज्याच्या पहिल्या मजल्यावरून-स्नानसंध्या झाल्यावर दूरवर दिसणाऱ्या आळंदीच्या गावठाणात समाधी घेतलेल्या ज्ञानेश्वरांच्या रावळाच्या घुमटीचं दर्शन घेतल्याशिवाय ज्या वीर राणानं पाण्याचा थेंब ओठांआड केला नव्हता- त्या बाजीरावांनी शनिवारवाडा सोडला! मस्तानीसह कोथरूड गाठलं! आता ते कधीमधी शनिवारवाड्यात येत. सौ. काशीबाई त्यांना मस्तानी महालात भेटत!

हा सगळा गैरमेळ कानी पडलेल्या बाजींच्या धाकल्या भगिनी इचलकरंजीच्या आनुबाई पुण्यात आल्या आहेत. खरं खोटं समक्ष बघायला. प्रसंग पडला तर चार

तारतम्याचे कठोर शब्द आपल्या 'दादांना' सुनवायला! आनुबाई इचलकरंजीकर घोरपड्यांना बाजींच्या पसंतीनेच दिल्या आहेत. वृतीनं शांत सत्त्वशील आहेत. त्यांनी बाजींना शनिवारवाड्यावर बोलावून घेतलं आहे.

पुण्यात येताच त्या कोथरूडला जाऊन प्रथम बाजी-मस्तानीला भेटून आल्या आहेत. मस्तानीला चिमाजीअप्पांनी आता नजरकैद केलं आहे. बाजीरावांना ते काहीच बोलू शकत नाहीत. अशा पार्श्वभूमीवर ही बाजीराव, चिमाजीअप्पा, आनुबाई या भावंडांची व बाजीरावांची पत्नी काशीबाई यांची शनवारवाड्याच्या 'मस्तानी महालात' भेट आहे. इथंच का? तर मामला मस्तानीचा व खासगीचा असल्यानं ते चौघंही कोठेही भेटू शकत नाहीत!

आनुबाई : दादासाहेब- चिमाजी, आम्ही वयानं, मानानं धाकल्या. तुमची परवानगी मिळाली तर काही बोलावं म्हणतो.

चिमाजी : आनुताई, तूच काही रास्त बोलशील म्हणून खलिता धाडून बोलावून घेतलंय. आम्ही थकलो. एकाला दोन मोहिमा जोडून द्या आम्हाला, आम्ही त्या फत्तेच करू; पण ह्या बाबी कबिल्याच्या- त्यातून जनान्याकडच्या; आमची कोंडी होते.

बाजीराव : आनु-तू कशी आहेस इचलकरंजीत? तू बोलावलंस म्हणून आलो आम्ही शनवारवाड्यावर.

काशीबाई : (मध्येच) तुम्हीच बघा हे बोलणं वन्स. आम्ही कुणीच नव्हे का वाड्याच्या इथल्या माणसांच्या? आम्हाला काय वाटत असेल याचा कुणी तरी केलाय का विचार?

आनुबाई : (शेजारी बसलेल्या काशीबाईना थोपटत) वहिनी, आम्ही, चिमाजी आणि प्रत्यक्ष दादा असताना असं का बोलता? तुमच्याबाबत दादांना काय वाटतं ते जाणून आहोत आम्ही. त्यासाठी तर धावत आलो.

चिमाजी : आनुताई, लोक पुण्यात काय बोलतात हे सगळं येतंय कानावर दादासाहेबांच्या. तरीही ते यावनीच्या बाबतीत कान पाडून असतात. केवढ्या यातना झाल्या आम्हाला प्रत्यक्ष बंधूना शनवारवाडा सोडण्याचा निर्णय सुनावण्याची नौबत आम्हावर आली तेव्हा.

आनुबाई : चिमाजी, एक दाखला देतो आम्ही. रागावणार नसला तरच बोलू.

चिमाजी : बिलकुल नाही रागावणार. बोला.

आनुबाई : तुमचं राजकारण आम्हा बायकांना काही कळत नाही. कळणारही नाही. आम्हाला कळतं फक्त जितं-जागतं माणूस. त्याचं माणूसपण. त्याच्यासंगं वागताना आपला गैरमेळ पडता कामा नये. आपले वडीलधारे थोर-जमेल तेवढं आपण त्यांच्या थोरपणाची बूज राखली पाहिजे.

चिमाजी : मतलब? समजलो नाही आम्ही आनुताई.

बाजीराव : आनु- जे चिमानं केलं त्यात तो काही चुकलाय असं नाही वाटत आम्हाला. तू उगाच त्याला धारेवर धरू नको.

काशीबाई : भावोजींनी बाईला कोथरूडला धाडलं हे रास्तच झालं. पण इकडच्या स्वारीला त्याबरोबरच जायला सांगितलं, हे नाही झालं रिवाजी.

आनुबाई : (चिमाजीला) आम्ही तुम्हाला दाखला देणार म्हणालो तो थोरल्या छत्रपतींचा- या दौलतीच्या मूळ हक्कदारांच्या वागणुकीचा!

चिमाजी : कसला?

बाजीराव : त्यांना कशास दोष देता? आम्हास बोला.

आनुबाई : (जाणीवपूर्वक) चिमाजी, थोरल्या छत्रपतींनी चूकभूल झालेल्या नेताजी पालकरांचं शुद्धीकरण करून प्रत्यक्ष रायगडावर त्यांना इतमामानं हिंदू धर्माच्या पदरी ठाव दिला होता- दादासाहेब शूर आहेत. असले दप्तरी पेचपाच तुम्ही मार्गी लावायला पाहिजे होते.

चिमाजी : म्हणजे? आम्ही नेमकं काय करायला पाहिजे होतं?

आनुबाई : (समजावीत) शांत व्हा. आम्ही काय सांगतो ते ऐकून घ्या. काल आम्ही कोथरूडला जातीनिशी गेलो होतो. मस्तानीस भेटायला. तिचं ऐकायला.

चिमाजी : तिनं तक्रारच केली असणार आमच्याबद्दल, दरबारी मुत्सद्यांबद्दल, पुणेकर रयतेबद्दल.

बाजीराव : (एकदम) शक्य नाही! चिमाजी, तिची किंमत तोलताना फार चूक होतेय तुमची.

काशीबाई : ही अशी स्वारी कड घेतेय त्या यावनीची.

आनुबाई : (चिमाजी-काशीबाईना समजावीत) चिमाजी, वहिनी, तुमची तर झालीच आहे. पण आमचीही झाली आहे गफलत- मस्तानीला पारखण्यात. काल आम्ही तिला कोथरूडला भेटलो तेव्हा तिनं तुमच्या कुणाहीबद्दल कसलीच तक्रार नाही केली. हाती ओढणीचा पदरशेव धरून तिनं मला वाकून प्रथम तीन वेळा नमस्कार केला. वाड्यावरची गरती बाई लाजेल अशी तिची शालीनता बघून मीच गलबलले. तिची ओढणी चिमटीनं दूर सारून माझ्या दादासाहेबांना जीव कुरवंडायला लावणारं तिचं नितळ, निरामय सौंदर्य मी डोळाभर बघितलं. भरून पावत मी नकळत बोलून गेले-

काशीबाई : (कुतुहलानं) काय?

बाजीराव : (उत्सुकतेनं)

चिमाजी : (अपराधीपणानं) कशाबद्दल?

आनुबाई : मला 'यावनीनं' धक्काच दिला. ती चक्क मराठीत बोलली माझ्याशी.

केवढं तरी गाभ्याचं. म्हणाली, ''बाई, मला शनवारवाड्याबाहेर काढलं त्याचं मला काही सोयरसुतक नाही. इकडच्या स्वारींना शनवारवाडा सोडावा लागला याची खंत वाटते. फार दुखावलेत ते. त्यांना भेटा- त्यांची समजूत काढा. बाईंना नमस्कार सांगा! भावोजींना दंडवत पोचवा!!''

(ते ऐकून भरून आलेले बाजीराव पाठमोरे होत खिडकीपाशी जातात. चिमाजी-काशीबाई एकमेकांकडे बघतच राहतात. धीम्या चालीनं आनुबाई बाजीरावांच्या पाठीशी जातात. अत्यंत भावभऱ्या आवाजात)

आनुबाई : दादा, तुमच्या जागी आम्ही असतो तर... तर आम्ही तेच केलं असतं जे तुम्ही मनाच्या कौलानं केलं आहे!!

(चिमाजीस) चिमाजी, यावनी मस्तानीस शुद्ध करून मुक्त करण्याचा धैर्यशील पराक्रम आपण करू शकलो नाही- निदान तिला कैदेत ठेवण्याचा अन्याय तरी आपल्या हातून होऊ नये! तिला कैदमुक्त करा कसे!

(पुढे चिमाजी मस्तानीस कैदमुक्त करतात. ती पुण्याजवळ पाबळ येथे निधन पावते. वीर मराठा राणा बाजीराव स्वारीवर असतानाच- २८ एप्रिल १७४० रोजी नर्मदा काठी 'रावेर' येथे गणेशप्रिय होतात!)

■

www.ingramcontent.com/pod-product-compliance
Lightning Source LLC
Chambersburg PA
CBHW051928240626
47153CB00004B/1411
9788177666946